கண்ணப்பன் கேட்ட கேள்வி?

கரும்பலகைக் கதைகள்

(சிறுவர்களுக்கான அறிவியல் சிறுகதைகள்)

புதுச்சேரி அன்பழகன்

BOOKS
FOR
CHILDREN

Kanappan Getta Kelvi?
Puduvai Anbazhagan
First Edition: August, 2022
Illustrations: Pillai
Published by
BOOKS FOR CHILDREN
im print of Bharathi Puthakalayam
7, Elango Salai, Teynampet, Chennai - 600 018
Email: bharathiputhakalayam@gmail.com | www.thamizhbooks.com

கண்ணப்பன் கேட்ட கேள்வி?

புதுச்சேரி அன்பழகன்

முதல் பதிப்பு: ஆகஸ்ட், 2022

ஓவியம்: **பிள்ளை**

வெளியீடு

BOOKS FOR CHILDREN

7, இளங்கோ சாலை, தேனாம்பேட்டை, சென்னை-600 018
தொலைபேசி : 044- 24332424, 24330024 விற்பனை: 24332924,

விற்பனை நிலையம்

பாரதி புத்தகாலயம்

7, இளங்கோ சாலை, தேனாம்பேட்டை, சென்னை- 600 018
அருப்புக்கோட்டை: கதவுஎண் 49 A/4 மெயின் ரோடு, தெற்கு தெரு - 9994173551
ஈரோடு: 39: 39 ஸ்டேட் பாங்க் சாலை - 9245448353 | **கரூர்:** நாரத கானசபா அருகில் (TNGEA OFFICE)- 9442706676
காரைக்குடி : 12, 2 வது தெரு, கம்பன் மணிமண்டபம் பின்புறம் - 9443406150
கும்பகோணம்: 352, ரயில் நிலையம் எதிரில் - 9443995061 | **குன்னூர்:** N.K.N வணிக வளாகம் பெட்போர்ட்
கோவை: 77, மசக்காளிபாளையம் ரோடு, பீளமேடு - 8903707294
சிதம்பரம்: 22A / 18B தேரடி கடைத் தெரு, கீழவீதி அருகில் - 9994399347
செங்கல்பட்டு: 1 D ஜி.எஸ்.டி சாலை - 044 27426964 | **சேலம்:** 15, வித்யாலயா சாலை சாலை
சேலம்: பாலம் 35, அத்வைத ஆஸ்ரமம் சாலை 0427 2335952
தஞ்சாவூர்: காந்திஜி வணிக வளாகம் காந்திஜி சாலை - 9655542400
திண்டுக்கல்: பேருந்து நிலையம் - 9942331105, 9976053719
திருச்சி: வெண்மணி இல்லம், கரூர் புறவழிச்சாலை - 9994289492
திருநெல்வேலி: 25A, ராஜேந்திரநகர் - 9442149981 | **திருப்பூர்:** 447, அவினாசி சாலை - 9486105018
திருவண்ணாமலை: முத்தம்மாள் நகர் | **திருவல்லிக்கேணி:** 48, தேரடி தெரு - 9444428358
திருவாரூர்: 35, நேதாஜி சாலை - 9442540543 | **நாகர்கோவில்:** 699 கே.பி.ரோடு R.V.புரம் - 9443450111
நெய்வேலி: பேருந்து நிலையம் அருகில், - 9443659147 | **பழனி:** பேருந்து நிலையம் அருகில் - 9442883696
பாண்டிச்சேரி : கிழக்கு கடற்கரைச்சாலை, இலாசுப்பேட்டை, 9486102777
பெரம்பூர்: 52, கூக்ஸ் ரோடு - 9444373716 | **மதுரை:** 37A, பெரியார் பேருந்து நிலையம் - 045 22324674
மதுரை: சர்வோதயா மெயின்ரோடு
வடபழனி: பேருந்து நிலையம் எதிரில் அடையார் ஆனந்தபவன் மாடியில் - 9444476967
விருதுநகர்: 131, கச்சேரி சாலை - 0456 2245300 | **வேலூர்:** பேஸ் III, சத்துவாச்சாரி - 9442553893

நினைத்த நூல்கள்... நினைத்த நேரத்தில்...

BharathiTV | www.bookday.in

thamizhbooks.com

8778073949

ரூ.144/-

அச்சு : பிரிண்டெக், சென்னை - 600 005.

முன்னுரை

அது என்ன! இது என்ன; ஏன் இப்படி செய்யவேண்டும், ஏன் அதைச் செய்யக்கூடாது என்று எப்போதும் கேள்வி கணைகளைத் தொடுக்கும் குழந்தை பள்ளி சென்றதும் கப் சிப்! என வாயடைத்து கேள்வி கேட்கும் திறனே இல்லாமல் போய்விடுகிறது. இன்றைய மனன கல்வி முறையின் அடிப்படை பிரச்சனையே இது தான்.

"மீன் என்ன உண்ணும்"

"துளசி செடி ஒரு நாளில் இருபது மணிநேரம் ஆக்சிஜனை வெளியிடுமாம் சார்! மீதமுள்ள நான்கு மணி நேரத்தில் ஓசோனை வெளியிடுவதாக வாட்சப்பில் ஒரு செய்தி வந்ததுசார்! இது உண்மையா சார்!"

"சார்! நம்ம மாதவனுக்கு இரும்பு தகடில் தவறாக விழுந்து காலில் கிழித்துக்கொண்டான் அல்லவா! அப்பொழுது உடனடியாக அவனை மருத்துவமனைக்கு அழைத்துச் சென்று ஏதோ ஊசி போட்டதா சொன்னீங்களே சார்! ஞாபகம் இருக்கா சார்! ... அப்போ இரும்பு போன்ற பொருட்களை நம்ம உடம்பு ஏற்றுக்கொள்ளாது என்று சொன்னீங்களே சார்! இப்ப என்னோட காலுக்குள்ள எப்படி சார் பிளேட் வைச்சாங்க! அதை எப்படி என்னோட உடம்பு ஏற்றுக் கொள்ளும் சார்! நாளைக்கு ஏதாவது எனக்கு பிரச்சனை வருமா சார்! " என கால் முறிவு ஏற்பட்டு சிகிச்சையில் இருக்கும் கண்ணப்பன் எழுப்பும் கேள்வி.

"புது புது வைரஸ்கள் ஏன் சார் உருவாக வேண்டும்?"

என இந்த கரும்பலகை கதைகள் முழுவதும் மாணவ மாணவியரின் குறுகுறுப்பு கேள்விகள் நிறைந்துள்ளன. ஆசிரியரின் நடைமுறை அனுபவத்தில் உருவான இந்த கரும்பலகைக் கதைகள் வெறும் கதைகள் இல்லை. துடிப்பான உயிர்ப்பான வகுப்பறை எப்படி இருக்கும் எனபதை வெளிச்சமிடும் காவியம்.

பள்ளியில் மாணவ மாணவியர்கள் வளர்த்த தாவரங்களில் வெளிர் மஞ்சள் நிறம் படர்ந்து தாவரம் செழிக்க வில்லை. என்ன செய்யலாம்? மாணவ மாணவியர்களும் தாவரங்களை வளர்க்க ஊக்குவித்த ஆசிரியரும் தலை சொரிந்து நின்றார். "மாட்டு சாணியை எருவாக போட்டா எல்லாம் சரியாகி விடும். அல்லது வீடுகளில் உண்டாகும் காய்கறி உள்ளிட்ட கழிவுகளை மக்க வைத்து கம்போஸ்ட் உரம் தயாரித்து போட்டாலும் கூட இது சரியாகிவிடும். கவலைப்படாதிங்க" என்று மாணவ மாணவியர்களுக்கு ஆலோசனை தருகிறார் தமிழாசிரியர்.

நாமும் பல சமயம் இப்படி தாவரங்களின் இலைகளில் வெளிர் மஞ்சள் நிறம் ஏற்படுவதை கண்டிருப்போம். விவசாயம் செய்பவர்கள் அல்லது செடி கொடிகளை வளர்ப்பவர்கள் எரு போன்றவை போட்டு பிரச்சனைக்கு தீர்வு கண்டிருப்பார்கள். ஆனால் தமிழாசிரியருக்கு மனதில் குறுகுறு என்று ஒரு கேள்வி. மாட்டு சாணி எரு, காய்கறி போன்ற கழிவுகளின் கம்போஸ்ட் முதலியவை போட்டால் தாவரம் செழிக்கிறது என்றாலும் ஏன் சில தாவரங்களின் இலைகளில் வெளிர் நிறம் அடைகிறது என்ற கேள்வி அவர் மனதில் தொக்கி நிற்கிறது. "இது சரியான பதிலாக இருந்தாலும், அறிவியல் பூர்வமாக அல்லவா இதை விளக்க வேண்டும்" என அவர் மனதில் தோன்றுகிறது.

அந்தத் தமிழாசிரியர் அடுத்து என்ன செய்கிறார் என்பதில் தான் அந்தக் கதையின் இருதயமே அடங்கியுள்ளது. தமிழ் ஆசிரியர் என்றாலும் தாவரங்கள் பற்றித் தேடித் தேடி படிக்க ஆரம்பித்து விட்டார்.

ஆசிரியர்களை குறித்து பேசும்போது 'எரியும் மெழுவர்த்தி தான் மற்ற மெழுகுவர்த்திகளை விளக்கேற்ற முடியும்' என்பார் ரவீந்தரநாத் தாகூர். அதாவது தொடர்ந்து மனதில் குறுகுறுப்பு தன்மையை அடைகாத்து வைத்துத் தேடலில் ஈடுபடுபவர் தான் மெய்யாக ஆசிரியராக இருக்கமுடியும் எனக் குறிப்பால் உணர்த்துகிறார் ரவீந்த்ரநாத் தாகூர். தாகூரின் ஆதர்சன ஆசிரியர் தான் தாவரவியல் படித்த தமிழாசிரியர்.

தேடலில் ஈடுபட்ட அவருக்குக் கிடைத்த விடை அவருக்கு மட்டுமல்ல நமக்கும் வியப்பை ஏற்படுத்துகிறது.

வகுப்பறை என்பது மாணவ மாணவியர்கள் ஆசிரியர்கள் உரையாடல் நடத்தும் இடமாக இருக்க வேண்டும் என்பது தான் நவீன கல்வியியல் கருத்து. நூலாசிரியரின் "வேறுபாடுகள் தந்த வெளிச்சம்" வகுப்பறை கதையும் "காடு ஒழுங்கற்றதா?" என்ற கதையும் அப்படிப்பட்ட வகுப்பறை எப்படி இருக்கும் என்பதை நம் கண் முன் கொண்டுவது நிறுத்துகிறது. பாக்ட்டீரியா மற்றும் வைரஸ் குறித்து மாணவ மாணவிகள் வகுப்பறையில் தமக்கு தெரிந்ததை கொண்டு விவாதம் செய்ய துவங்குகின்றனர். பள்ளி பாடத்தில் உள்ள ஒற்றுமை வேற்றுமைகளை விவரித்து வரும் வேளையில் மெல்ல தயக்கத்தோடு ஒரு மாணவன் எழுகிறான். "சார்! பாக்ட்ரியாக்களுக்கும் வைரஸ்களுக்கும் ஒரு முக்கியமான வித்தியாசம் இருக்கு சார்! நான் நினைப்பது தவறாகக்கூட இருக்கலாம், நான் சொல்லலாமா சார்" என்கிறான்.

"எதுவானாலும் சொல்லு! நான் பார்த்துக்கொள்கிறேன்" என்கிறார் ஆசிரியர்.

"சார்! பாக்ட்ரியாக்களின் பயன்களைப் பார்க்கும்போது அது ஏதோ மாற்றத்திற்கு உள்ளாவது போல் தெரிகிறது சார்! ஆனால் வைரஸ்கள் சில மாற்றங்களுக்கு உள்ளானாலும் பிற உயிரினங்களின் செல்களை அழிப்பதிலேயே குறியாக இருப்பதாக தெரிகிறது சார்!" என்கிறான்.

வேறுபாடுகளை எடுத்து எழுதுக, பொருத்துக போன்ற கல்வி செயல்களை பங்கேற்பு வகுப்பறையாக நடத்தும்போது மாணவ மாணவியர்கள் புரிந்து கொள்வதைத் தாண்டி புதிய சிந்தனைகளை உருவாக்கும் மாயத்தை இந்த வகுப்பறை கதை விளக்குகிறது.

ஒழுங்கமைப்பு கொண்டது தோப்பு என்பதில் நமக்கு எந்த ஐயமும் இல்லை. ஆனால் காடு ஒழுங்கமைப்பு கொண்டதா? அல்லது ஒழுங்கற்றதா? என்ற ஆழமான கேள்வியை எழுப்புகிறது "காடு ஒழுங்கற்றதா?" என்ற கதை. பங்கேற்பு வகுப்பறை எப்படி ஆழக்கற்றலை சாத்தியப்

படுத்துகிறது என இதுபோன்ற கதைகள் நமக்கு அறிவுறுத்துகின்றன.

எளிய மாணவ மாணவியரின் கருத்துக்களை உதாசீனம் செய்யாமல் அனுசரணையோடு அணுகினால் தான் அவர்கள் மனதில் உள்ள கருத்துரு நமக்கு புரியும் என விளக்குகிறது "நான் ஒன்றும் காக்கை அல்ல" எனும் கதை. காகம் கட்டும் கூடு; தன் பாட்டி, அம்மா கட்டிய வீடுகள், தான் கட்ட நினைக்கும் வீடு அனைத்தையும் நான்காம் வகுப்பு மாணவி படங்களாக வரைந்து தருகிறார். எடுத்த எடுப்பில் என்ன சொல்ல வருகிறார் என்பது விளங்கவில்லை. ஆனால் மேலும் அந்த மாணவியோடு உரையாடும்போது ஆசிரியருக்கு பெரும் வியப்பு மேலிடுகிறது. தன் அனுபவத்திலிருந்து காக்கை இன்னும் எத்தனை ஆண்டுகள் ஆனாலும் தன் கூடு கட்டும் விதத்தை மாற்றப் போவதில்லை. ஆனால் தன் முன்னோர்கள் கட்டியது போல் அப்படியே விடு கட்ட எண்ணாமல் , அவளவில் ஒரு புதிய வீடாக அவளால் கற்பனை செய்ய முடிகிறது; அது தான் அவளுக்கும் காகத்துக்கும் உள்ள வேறுபாடு என புரிந்துக்கொள்கிறார் அந்த மாணவி. பறவைகள் விலங்குகள் மற்றும் மனிதர்களுக்கு இடையேயான அந்த பரிணாம வளர்ச்சி மேலும் மனிதக் குரங்கிலிருந்து மனிதனாக மாறிய அந்த இடைப்பட்ட காலத்தின் மகத்தான மாற்றத்தை அனாயசமாக அந்த மாணவி கூறும்போது நமக்கே புல்லரிக்கிறது.

"தத்துவம் என்றால் மனித வாழ்க்கைக்கான வெறும் அறிவுரை என்றும், சோகத்தில் இருக்கும் போது ஆறுதலாக வருவது என்றும் நினைத்துக்கொண்டுள்ளனர்" என்று விளக்கும் ஆசிரியர் "அப்படியல்ல! உண்மையில் தத்துவம் என்பது அறிவியல் விதிகளை உள்ளடக்கியதுதான்" என்று வகுப்பறை உரையாடல் மூலம் எட்டுவது நமக்கெல்லாம் பாடம். தத்துவம் போன்ற சிக்கலான கருத்துக்களையும் பொறுமையாக உரையாடல் செய்தால் மாணவ மாணவியர்களிடம் விவாதம் செய்ய முடியம் என்ற நம்பிக்கையை இந்தக்கதை நமக்கு உணர்த்துகிறது.

வினாடி வினா போட்டியிலும் யோகாப் போட்டியிலும் முதலிடம் பெற்ற மாணவி நந்தினி தன் வெற்றிக்கு காரணம் நூலகம் என்று கூறுகிறார். “இந்த நூலகத்தில் நாங்கள் உறுப்பினராக சேர வேண்டும் என்ற அவசியமில்லை. புத்தகங்கள் கிழிந்து விடும் என்று யாரும் எங்களை அதட்டுவதில்லை. நாங்கள் புத்தகங்களை எளிதாக எடுக்கும் வகையில் அலமாரியின் உயரம் குறைவாக இருக்கும். நாங்கள் எடுக்கும் புத்தகங்களை எப்படி வேண்டுமானாலும் அடுக்கி வைக்கலாம். எந்த கட்டுபாடும் எங்களுக்குக் கிடையாது. இந்த சுதந்திரத்தை எங்கள் பள்ளியின் முதலவர் வழங்கியதாலேயே நாங்கள் நூலகத்தை பயமில்லாமல் பயன்படுத்த முடிந்தது. “ நூலகம் போன்ற பள்ளியின் கருவூலங்கள் அச்சமில்லாமல் மாணவ மாணவியர்களும் ஆசிரியர்களும் பயன்படுத்தும் நிலை ஏற்படவேண்டும். உடைந்து விடும்; கிழிந்து விடும் என்று அச்சம் இருந்தால் அவை வெறும் காட்சி பொருளாகத் தான் இருக்கும். பள்ளியின் கல்வியில் எந்தவித தாக்கமும் ஏற்படுத்தாது என இந்த கதை கூறுகிறது.

இந்தத் தொகுப்பில் உள்ள பதினான்கு கரும்பலகைக் கதைகளும் நமக்குப் புதிய பார்வைகளை தருகின்றன. நண்பர் புதுச்சேரி அன்பழகன் எழுதியுள்ள இந்த நூலை கல்வியிலில் ஆர்வமுள்ளவர்கள், குழந்தை மனஉலகை அறிய விரும்புபவர்கள் ஆசிரியர்கள், கல்வியியல் ஆர்வலர்கள் என அனைவரும் கட்டாயம் படிக்க வேண்டும்.

இந்த நூலாசிரியர் நண்பர் புதுச்சேரி அன்பழகன் மற்றும் இந்த நூலை வெளியிடும் பாரதி புத்தகாலயம் ஆகியோருக்கு எனது வாழ்த்துக்கள்.

அன்புடன்

த வி வெங்கடேஸ்வரன்

முதுநிலை அறிவியலாளர்,

விக்யான் பிரசார்

புது டெல்லி

உள்ளே...

1

வெளிர் மஞ்சள்

தமிழாசிரியர் சொன்னது மாதிரி ஆளுக்கொரு பூச்செடியை வளர்க்க முடிவு செய்து விட்டார்கள் மாணவ மாணவியர்கள். இதற்காக ஆளுக்கொரு மண் பூந்தொட்டியை வாங்கி விட்டார்கள். அதிகப்படியான நீர் கசிந்து ஓடுவதற்கு பூந்தொட்டியின் அடியில் சிறு துவாரம் இருக்கிறதா என்று பார்த்து வாங்கினார்கள். கொஞ்சம் மண்புழு உரமும் மக்கிய தேங்காய்நாரும் சேர்த்து ஒன்றன் மேல் ஒன்றாக பூந்தொட்டியில் வைத்து

அடைத்தார்கள். அவர்கள் அப்பகுதில் கிடைத்த மண்ணையும் தொட்டியில் கலந்து வைத்தார்கள். தேவையான அளவிற்கு நீர் ஊற்றி பதப்படுத்தினார்கள். வகுப்பிற்கு வெளியே மைதானத்தைச் சுற்றிலும் தொட்டிச் செடிகளை தகுந்த இடைவெளி விட்டு வைத்தார்கள். மாணவ மாணவியர்கள் சூரிய ஒளி நன்றாக படும்படி தங்கள் தொட்டியைச் சற்றே இடம் மாற்றி வைத்தார்கள்.

மாணவ மாணவியர்கள் தாங்கள் விரும்பிய நாற்றை கவனமாக நட்டு வைத்தார்கள். காலையும் மாலையும் தவறாது செடிகளுக்கு தேவையான அளவு தண்ணீர் ஊற்றி கவனமாக பார்த்துக் கொண்டார்கள். ஒவ்வொரு நாளும் மாணவ மாணவியர்கள் ஓய்வு கிடைக்கும் போதெல்லாம் வந்து பார்த்துக்கொண்டே இருந்தார்கள். எப்போது அவரவர் செடிகள் துளிர் விட்டு வளர்ந்து பூ கொடுக்கும் என்று ஆவலோடு இருந்தார்கள். தமிழாசிரியரும் அவ்வப்போது வந்து பார்த்து மாணவ மாணவியர்களை ஊக்கப்படுத்தினார். என் செடிதான் முதல்ல வளர்ந்து பூ பூக்கும் என மாணவ மாணவியர்களுக்குள் போட்டி இப்பொழுதே ஆரம்பித்து விட்டது.

கொஞ்ச நாட்களில் செடிகள் துளிர் விட்டு வளர ஆரம்பித்து விட்டது. மாணவ மாணவியர்களுக்கு ஓரே சந்தோஷம். சின்னத் துளிர்கள் எவ்வாறு பெரிய இலையாக விரிகிறது என கவனமாக பார்த்து பார்த்து மகிழ்ந்தார்கள். மென்மையான துளிர்கள் மெல்ல வளர்ந்து விரிந்து தடித்த இலைகளாக மாறுவதைக் கண்டு வியந்தார்கள். அடுத்தது எப்போது பூ விடும் என ஆவலோடு தினம் தினம் பார்த்து ஏங்கினார்கள்.

ஆனால் இந்த மகிழ்ச்சி ஒரு சில மாணவ மாணவியர்களுக்கு கிடைக்கவில்லை. ஏனெனில்

அவர்கள் தொட்டியில் வளர்ந்த செடிகளின் இலைகளில் நடுவில் சற்றே வெளிர் மஞ்சள் நிறம் தோன்ற ஆரம்பித்து விட்டது. என்ன செய்வது என்று புரியவில்லை. நமது செடிகளில் பூ வருமா?வராதா? என கேள்விகளை அவர்களுக்குள் கேட்க அரம்பித்து விட்டனர்.

இச்செய்தி தமிழாசிரியர் காதுகளுக்கு மெல்ல எட்டியது. விளையாட்டு மணி அடித்தவுடன் வகுப்பறையை விட்டு வெளியே வந்து ஒவ்வொரு செடியாக பார்வையிட்டார். மாணவ மாணவியர்கள் அவர்களின் தொட்டிச் செடிகளுக்கு அருகில் வந்து நின்று கொண்டார்கள். சில தொட்டிச் செடிகளுக்குக் கீழே அவரை, மொச்சை விதைகள் முளைத்து வருவதைப் பார்தார். ஒரு தொட்டியில் மாஞ்செடி வளர்ந்திருந்தது. சில தொட்டிகளில் நெல்லும் கேழ்வரகும் முளைவிட்டிருந்தன. தமிழாசிரியருக்கு ஆச்சரியம் தாங்கவில்லை. மாணவர்களது இயல்பான படைப்பாற்றலைக் கண்டு வியந்து போனார்.

அப்பொழுதுதான் கவனித்தார், சில தொட்டிச் செடிகளின் இலையில் வெளிர் மஞ்சள் நிறம் பரவி இருந்தது. ஆசிரியரை மாணவ மாணவியர் சூழ்ந்து கொண்டனர். ஏன் சார் எங்க செடியில மட்டும் மஞ்சள் நிறத்துல இலை வந்தது? என கேட்க அரம்பித்துவிட்டனர். இது சத்து குறைவால் வருகிறது. மாட்டுச்சாணம் கலந்த நல்ல எருவாக போட்டா எல்லாம் சரியாகி விடும். அல்லது வீடுகளில் உண்டாகும் காய்கறி உள்ளிட்ட கழிவுகளை மக்க வைத்து கம்போஸ்ட் உரம் தயாரித்து போட்டாலும்கூட இது சரியாகிவிடும். கவலைப்படாதிங்க என்று மாணவ மாணவியர்களுக்கு ஆலோசனை வழங்கிவிட்டு வந்துவிட்டார்.

“இது சரியான பதிலாக இருந்தாலும், அறிவியல் பூர்வமாக அல்லவா இதை விளக்க வேண்டும்”, என்

தமிழாசிரியர் தனக்குள் கேட்டுக் கொண்டார். அந்த சிந்தனையே அவர் மனதில் ஓடிக்கொண்டிருந்தது.

தாவரங்கள் பற்றித் தேடித் தேடி படிக்க ஆரம்பித்து விட்டார். குறிப்பாக இந்த வெளிர் மஞ்சள் ஏன் என தேடிக்கொண்டே இருந்தார். அதற்குச் சரியான பதிலையும் கண்டு பிடித்துவிட்டார். ஆனால் அவர் மனது நிலை கொள்ளவில்லை. இந்த தாவரங்கள் எவ்வளவு முக்கியம்! அடடா இவ்வளவு நாள் வெறுமனவே பார்த்துவிட்டோமே! இப்படி உணர்ந்து பார்க்கவில்லை என மனம் அடித்துக் கொண்டது. என்றாலும், மாணவர்கள் தனக்கு இப்படி ஒரு வாய்ப்பை ஏற்படுத்தி கொடுத்ததற்காக மிகவும் மகிழ்ந்து போனார். மாணவர்களை நினைக்க நினைக்க பெறுமையாக இருந்தது.

இந்த மனநிலையோடு மாணவர்களுடன் கலந்துறையாடினால் எப்படி இருக்கும்! என்று கற்பனைச் செய்யத் தொடங்கி விட்டார்.

மறுநாள் வகுப்பறைக்கு ஆவலோடு சென்றார். மாணவ மாணவியரிடம் இலைகளில் ஏன் வெளிர் மஞ்சள் நிறமென கண்டுபிடித்து விட்டீர்களா? என கேட்டார். யாரிடமும் பதில் இல்லை. ஒரு மாணவி மட்டும் ஒரு வரைபடத்தை எடுத்து வந்து என்னிடத்தில் கொடுத்தாள். அதில் அதற்கான பதில் இருந்தது. ஆனால் அந்த மாணவியால் அதை விளக்க முடியவில்லை. அந்த வரைபடத்தை வகுப்பு முழுவதும் காட்டச் சொன்னேன். எல்லா மாணவ மாணவியர்களும் பார்த்தனர்.

அந்த வரைபடத்தைப் பார்த்த ஒரு மாணவனுக்கு வியப்பு தாங்கவில்லை. சார்! என சொல்லியபடியே எழுந்து தன் சந்தேகத்தைக் கேட்டான். “பொதுவாக செல்களில் கார்பன், ஹைட்ரஜன், ஆக்சிஜன்,

நைட்ரஜன் காணப்படும், இது என்ன சார் புதுசா மெக்னீசியம் என்ற உலோகம் இருக்கிறது?"

"உனக்கு மட்டுமல்ல அன்றைக்கு இதனைக் கண்டுபிடித்த விஞ்ஞானிகளுக்கும் இது ஆச்சரியமாகதான் இருந்தது" என்று சொன்னபடியே மெக்னீசியத்தின் கதையைச் சொல்ல ஆரம்பித்துவிட்டார்.

முதலில் தாவரங்களில் பச்சையாக உள்ள இடங்களில் மட்டுமே ஒளிச்சேர்க்கை நடைபெறும் என்று விஞ்ஞானிகள் கண்டுபிடித்தனர். அதாவது வேர்களோ, பட்டைகளோ, கிளைகளோ, மற்றும் குச்சிகளோ ஒளிச்சேர்க்கை செய்ய முடியாது. இந்த முடிவிற்கு விஞ்ஞானிகள் வந்த பிறகுதான் தாவரங்கள் பச்சையாக இருப்பதற்கு என்ன காரணமென ஆய்வை மேற்கொண்டார்கள். இறுதியில், அதாவது 1817-ல் இரு பிரெஞ்சு விஞ்ஞானிகள் பெல்ட்யாய் *(Pierre Joseph Pelletier)* மற்றும் கவான்டு *(Joseph Bienaime Caventou)* இந்த பச்சைப் பொருளை தாவரத்திடமிருந்து பிரித்தெடுத்தனர். இதற்கு **பச்சையம்** எனப் பெயரிட்டனர். இந்த பச்சையம் ஒரு சிக்கலான மூலக்கூறுகளாக இருந்ததால் இதைப் பற்றி முழுமையாக அறிந்துகொள்ள ஒரு நூற்றாண்டு காலம் காத்திருக்க வேண்டியதாயிற்று.

இறுதியாக 1906-ல் ஜெர்மன் விஞ்ஞானி வில்ஸ்டேட்டர் *(Richard Willstatter)* பச்சையத்தைப் பிரித்து விரிவாக ஆராய்ந்தார். அதில் ஒரு ஆச்சரியம் காத்திருந்தது. அதாவது எந்த ஒரு உயிரினத்தின் மூலக்கூறுகளிலும் கார்பன், ஹைட்ரஜன், ஆக்சிஜன், நைட்ரஜன் ஆகிய அணுக்களே இருக்கும். இந்த பச்சையத்திலும் இதுவே காணப்பட்டாலும் கூடுதலாக **மக்னீசியம்** இருப்பது தெரியவந்தது. இந்த மெக்னீசியமே ஒளிச்சேர்க்கை முழுமை அடைய உதவுகிறது. இந்த மெக்னீசியப்

பற்றாக்குறை ஏற்பட்டால் தாவரங்களின் இலைகளில் வெளிர் மஞ்சள் தோன்ற ஆரம்பித்து விடுகிறது. இதனால் ஒளிச்சேர்க்கை பாதிக்கப்பட்டு தாவரங்கள் நன்றாக வளர்ந்து தேவையான மகசூலை வாரி வழங்க முடியாமல் போகும்.

மக்னீசியம் ஒரு உலோகம். உலோகத்தின் மீது சூரிய ஒளி படும்போது அதிலிருந்து எலேக்ட்ரோன் வெளியேறும் என்பதை தான் ஒளிமின் விளைவு என்கிறார்கள். இந்த கண்டுபிடிப்புக்கு தான் ஐன்ஸ்டீன்க்கு நோபல் பரிசு கிடைத்தது. உள்ளபடியே பச்சையத்தில் உள்ள மக்னீசியம் தான் சூரிய ஒளியை உறிஞ்சி ஆற்றலை எடுக்கிறது. அந்த ஆற்றலை கொண்டு தான் பச்சையம் தாவரத்தின் உணவான குளுகோஸ் போன்ற பொருள்களை தயார் செய்கிறது.

என்ன மாணவர்களே! வெளிர் மஞ்சளுக்கு காரணமான இந்த மெக்னீசியத்தின் நீண்ட கதையைப் புரிந்து கொண்டீர்களா? என ஆசிரியர் கேட்டார்.

மிக விரிவாக எடுத்துக் கூறி தெளிவு படுத்தியற்கு நன்றி ஐயா! என ஒரு சேர மாணவ மாணவியர்கள் எழுந்து நின்று பாராட்டினார்கள்.

மாணவ மாணவியர்களின் பாராட்டுக்கு பதிலாக ஒரு புன்னகையை மட்டும் வழங்கி விட்டு அடுத்த வகுப்பிற்கு சென்று விட்டார்.

ஆனால் இப்பொழுது மாணவர்களுக்கு குழப்பம் வந்து விட்டது. இவர் தமிழாசிரியரா? அல்லது அறிவியல் ஆசிரியரா என்று.!

அடுத்த நாள் தமிழாசிரியர் பள்ளிக்குச் சென்றபோது, தமிழாசிரியர் அறிவியல் ஆசிரியராக மாறிய கதை பள்ளி முழுவதும் வைரலானது தெரிந்து சற்றே வெட்கப்பட்டார்.

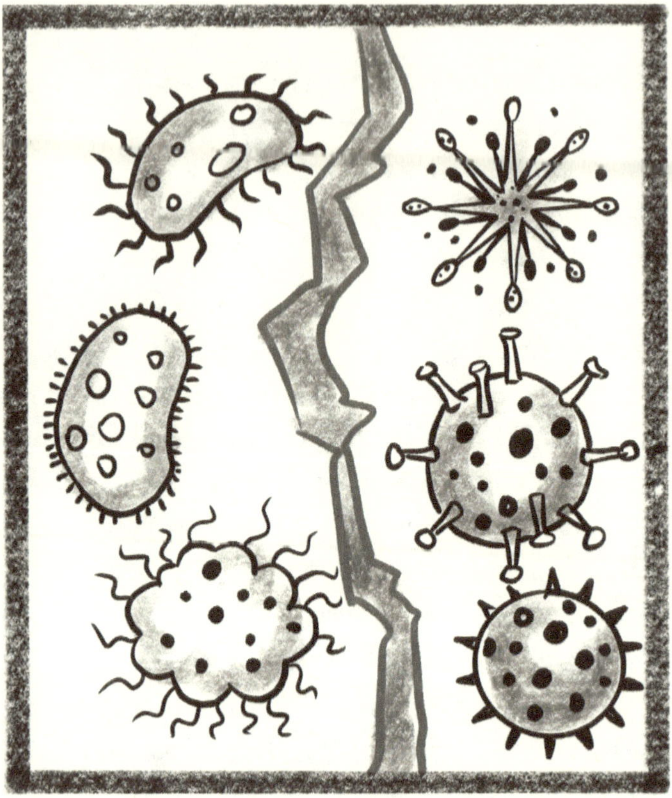

2

வேறுபாடுகள் தந்த வெளிச்சம்!

ஆசிரியர் மெல்ல இருமிக்கொண்டே வகுப்பறைக்குள் வந்தார். நாற்காலியைச் சற்றே இழுத்து வசதியாக அமர்ந்துகொண்டார். மெல்ல மூச்சை நிதானமாக இழுத்து விட்டுக்கொண்டார். மூச்சு நிதானத்திற்கு வந்ததில் ஒரு புதுத் தெம்பு உண்டானது. சரி பாடம் நடத்தலாமென நாற்காலியில் இருந்து எழுந்த போது அவரையும் மீறி தும்பல் வந்துவிட்டது. சற்றே சுதாகரித்துக்கொண்டு

கர்சீப்பால் மூக்கை மூடிக்கொண்டார். மாணவர்களும் கர்சீப்பை எடுத்து மூக்கை மூடிக்கொண்டனர். இது அனிச்சை செயல்போல் உடனடியாக நடந்தேறியது. கிருமி தொற்று பரவாமல் இருக்க ஆசிரியர் சொன்ன வழிமுறையில் இதுவும் ஒன்று.

சரி! சரி! இந்த இருமலுக்கு என்ன காரணம்? “கிருமிகள்தான் சார்”! என்றான் ஒரு மாணவன்.

கிருமிகள் மட்டுமல்ல மூச்சு பாதையில் உணவுக் குழாய் போன்றவற்றில் எதாவது வெளிப் பொருள் அடைத்துக் கொண்டு விடாதபடி தடுக்கும் உடலின் முயற்சி தான் இருமல் தும்மல் என்றார் ஆசிரியர். சில சமயம் கிருமிகள் தூண்டும் சளி கூட இருமல் தும்மலை வரவைக்கும். அது சரி! கி ரு மி க ள் என்றால் என்ன? என்றார் ஆசிரியர்.

அதான் சார்! பாக்டிரியாக்கள் வைரஸ்கள் போன்ற கிருமிகள்தான் மனிதன், விலங்குகள் மற்றும் தாவரங்களுக்கு நோய்களை உண்டாக்குகின்றன என்றான் இன்னொரு மாணவன்.

சரியாகத்தான் சொல்றீங்க, இன்றைக்கு இந்த கிருமிகளைப் பற்றித்தான் படிக்கப் போகிறோம். அதற்கு முன்னாடி இந்த வைரஸ்களுக்கும் பாக்டிரியாக்களுக்கும் என்ன வேறுபாடு என்பதை தெரிந்து கொண்டால் இன்னும் பாடம் எளிதாக புரியும் என்றார் ஆசிரியர்.

மாணவர்களும் உடனே ஆர்வமானார்கள். அதுமட்டுமல்ல் தங்களுக்குள் பேசி பாக்ட்ரியா குழு! வைரஸ் குழு! என்று இரண்டு குழுவாக பிரிந்து விட்டார்கள்.

"இந்த உலகம் காற்றால் நிரம்பி இருப்பதைப்போல கிருமிகளாலும் நிரம்பி இருக்கின்றன. இவற்றால் நன்மைகளும் உண்டு தீமைகளும் உண்டு. இந்த கிருமிகளை எதிர்கொள்வதாலேயே மனிதர்கள், விலங்குகள், தாவரங்கள் மற்றும் இதர நுண்ணுயிர்களால் வாழமுடிகிறது. நமது இரத்தில் உள்ள வெள்ளையணுக்கள் இந்த கிருமிகளை எதிர்த்து போராடி நம்மைக் காத்து வருகின்றன. அதோடு நாம் குழந்தையாக இருந்தபோது பல்வேறு நோய்எதிர்ப்பு மருந்துகளை தடுப்பு ஊசிகளாக நாம் எடுத்துக் கொண்டுள்ளோம். இதனால் போலியோ, தட்டம்மை போன்ற நோய்கள் நம்மை தாக்கா வண்ணம் வாழ்ந்து வருகிறோம" என்று கிருமிகள் குறித்த ஒரு அறிமுகத்தோடு ஆசிரியர் விவாதத்தைத் தொடங்கிவைத்தார்.

மாணவர்கள் தங்கள் குழுக்களோடு பேசிக்கொண்டார்கள்.

சரி! சரி! பாக்ட்ரியாக்குழுவே விவாதத்தைத் தொடங்கி வைக்கட்டும்" என்றார் ஆசிரியர்.

"பாக்ட்ரியா ஒரு செல் உயிரி; அதனால் தனித்து வாழமுடியும்" என்றது பாக்ட்ரியாக்குழு

"வைரஸ் ஒரு உயிரி என்றாலும் அது மற்ற உயிரினகளில் உள்நுழைந்து செல்களைத் தாக்கி அழித்து அங்கேயே பல்கி பெருகி வாழத்தொடங்குகிறது. எனவே வைரசால் தனித்து வாழமுடியாது. அதற்கு இன்னொரு உயிரி தேவை" என்றது வைரஸ் குழு.

"பாக்ட்ரியாக்கள் நோய்களை உண்டாக்கும் போது ஆண்டிபயாடிக் மருத்துகளைக் கொண்டு மேலும் பல்கிப்பெருகுவதை கட்டுப்படுத்த முடியும்" என்றது பாக்ட்ரியாக்குழு

“ஆனால் வைரஸ்கள் நோய்களை உண்டாக்கும்போது ஆண்டிபயாடிக் மருத்துகளைக் கொண்டு மேலும் பல்கிப்பெருகுவதை முற்றிலுமாக கட்டுப்படுத்த முடியாது. ஓரளவிற்கு மட்டுமே கட்டுப்படுத்தலாம் என்றது வைரஸ் குழு.

மாணவர்கள் இப்படி வேறுபாடுகளை சொல்ல சொல்ல ஆசிரியர் கேட்டுக்கொண்டிருந்தார்.

சரி! உங்கள் விவாதம் நன்றாக தொடங்கி இருக்கிறது. வாழ்த்துகள்! இன்னும் இதில் நாம் தெளிவுபெற வேண்டுமென்றால் இரண்டு குழுக்களும் பயனுள்ள வேறுபாடுகளை பகிர்ந்து கொள்ளலாமே! என்றார் ஆசிரியர்.

“சில பாக்ட்ரியாக்கள் மனிதர்களுக்கு நன்மை செய்கின்றன.ஆனால் வைரஸ்கள் மனிதர்களுக்கு தீங்கையே விளைவிக்கின்றன” என்றது பாக்ட்ரியாக் குழு.

“பாக்ட்ரியாக்கள் காற்றில் உள்ள சத்தை உறிஞ்சிக்கொண்டு பல்கி பெருகுகின்றன. இந்த பாக்ட்ரியாக்கள் மேலும் பல்கி பெருகாவண்ணம் வைரஸ்கள் அவற்றை தாக்கி அழிக்கின்றன. இதனால்தான் கிருமிகள் ஒரு குறிப்பிட்ட அளவுக்குமேல் வளரா வண்ணம் ஒரு சமநிலையை அடைகிறது. இதற்கு வைரஸ்தான் காரணம்” என வைரஸ் குழு சொல்லி முடித்தபடியே துள்ளிக்குதித்தனர்.

“பால் தயிராவதற்கும், நாம் உண்ட உணவு செரிப்பதற்கு, ஆண்டிபயாடிக் போன்ற நோய்எதிர்ப்பு மருந்துகள் தயாரிப்பதற்கும் பாக்ட்ரியாக்கள் பயன்படுகின்றன. அதுமட்டுமா இந்த பூமியில் தாவரங்கள் உருவாவதற்கு முன்பே சூரிய ஒளியை

எடுத்துக்கொண்டு ஆக்ஸிஜனை வெளியிட்டு நமது காற்று மண்டலத்தில் தேவையான அளவு ஆக்ஸிஜனை இட்டு நிரப்பியது இந்த பாக்ட்ரியாக்கள்தான்" என்று பாக்ட்ரியாக் குழுவினரும் துள்ளிக்குதித்தனர்.

சபாஷ் சரியான போட்டி என ஆசிரியர் பாராட்டினார்.

சில மாணவர்கள் இரண்டு குழுவில் இருந்தாலும் தங்களுக்கு தோன்றுவதை எடுத்துச் சொல்ல தயக்கத்தோடு அமர்ந்திருந்ததை ஆசிரியர் அப்பொழுதுதான் கவனித்தார்.

இந்த சப்தத்தில் உங்களால் பேச முடியவில்லையா? ஏன் தயங்குகிறீர்கள்; உங்கள் மனதில் உள்ளதை தைரியமாக சொல்லலாம் என்றார் ஆசிரியர்.

மாணவர்கள் மத்தியில் சற்று நேரம் அமைதி நீடித்தது.

சரி!சரி! நீங்கள் படித்தவற்றை மற்றவர்கள் சொல்லிவிட்டார்கள் என்பதற்காக ஒருவேளை நீங்கள் சொல்லாமல் இருக்கலாம்! சரி இப்பொழுது உங்களுக்கு ஒரு வாய்ப்பு தருகிறேன்! நீங்கள் என்ன நினைக்கிறீர்களோ அதை தயங்காமல் என்னிடம் சொல்லலாம்! என்று ஆசிரியர் அவர்களையும் பங்கேற்க வைப்பதற்காக முயன்று கொண்டிருந்தார்.

மெல்ல தயக்கத்தோடு ஒரு மாணவன் எழுந்தான்.

வெரிகுட்! சொல்லுங்க என்றார் ஆசிரியர்!

சார்! பாக்ட்ரியாகளுக்கும் வைரஸ்களுக்கும் ஒரு முக்கியமான வித்தியாசம் இருக்கு சார்! நான் நினைப்பது தவறாகக்கூட இருக்கலாம், நான்

சொல்லலாமா சார் என்றான்!. எதுவானாலும் சொல்லு! நான் பார்த்துக்கொள்கிறேன் என்றார் ஆசிரியர்.

சார்! பாக்ட்ரியாக்களின் பயன்களைப் பார்க்கும்போது அது ஏதோ மாற்றத்திற்கு உள்ளாவது போல் தெரிகிறது சார்! ஆனால் வைரஸ்கள் சில மாற்றங்களுக்கு உள்ளானாலும் பிற உயிரினங்களின் செல்களை அழிப்பதிலேயே குறியாக இருப்பதாக தெரிகிறது சார்! என்றான்.

உடனே ஆசிரியர் சபாஷ்! சரியான சிந்தனை! பாடபுத்தகத்தில் இருப்பதை மட்டும் சொல்லாமல் புதியதாக ஒன்றை சிந்தித்து சொன்னாய் அல்லவா! உனக்கு ஆயிரம் பாராட்டுகள் என்றார்.

அதுசரி! அது என்ன மாற்றமாக இருக்கமுடியும் என யாராவது சொல்லமுடியுமா? என்றார் ஆசிரியர்!

ஒரு நிலையிலிருந்து இன்னொரு புதிய நிலைக்கு மாறுவதால் அதை வேதியியல் மாற்றமென சொல்லலாமா சார் என்றான்!அதே மாணவன்.

மாணவர்கள் அனைவரும் அந்த மாணவனையே அதிசயமாகப் பார்த்தனர். இவனா இப்படி புதியதாக சிந்தித்தான் என மாணவர்கள் தங்களுக்குள் பேசிக்கொண்டனர்.

ஆசிரியருக்குள் உற்சாகம் பொங்கி வழிந்தது. உடனே அந்த மாணவனை அழைத்து பாராட்டி மகிழ்ந்தார்.

“உனது சிந்தனை சரியா! தவறா! என்பது முக்கியமில்லை! அதை ஆய்வாளர்கள் பார்த்துக்கொள்வார்கள். ஆனால் இப்படி வித்தியாசமாக

சிந்தித்தாய் அல்லவா! அதுதான் முக்கியம்" என்றார் ஆசிரியர்.

உடனே மாணவர்கள் அனைவரும் எழுந்து கரவொலி எழுப்பிப் பாராட்டினாரகள்.

ஆசிரியர் மாணவர்களை அமர சொல்லிவிட்டு அடுத்த வகுப்பிற்கு சென்று விட்டார்.

அன்றைய வகுப்பை முடித்து விட்டு ஆசிரியர் வீட்டிற்கு வந்து விட்டாலும் வகுப்பறையில் அந்த மாணவன் சொன்ன பதிலே மீண்டும் மீண்டும் சிந்தனையில் வந்து போனது.

வேறுபாடுகளை எடுத்து எழுதுக, பொருத்துக போன்றவை எளிமையாக பாடம் நடத்துவதற்கும் எளிதாக புரிந்து கொள்வதற்கு என்று மட்டுமே ஆசிரியர் நினைத்திருந்தார். உண்மையில் மாணவர்கள் புரிந்து கொள்வதைத் தாண்டி புதிய சிந்தனைகளை உருவாக்கும் மாயத்தை நிகழ்த்துவதை நினைத்துப் பார்த்தார். தனிமங்களின் பட்டியலை முதன்முதலில் வரிசைப்படுத்தி பார்த்த விஞ்ஞானிமெண்டலெவ் நினைத்திருப்பாரா? நாளை இந்த பட்டியல் பல விஞ்ஞான கண்டுபிடிப்புகளையும் புதிய தனிமங்களையும் கண்டறிய உதவுமென்று! வெறும் பட்டியல் படுத்துவதால் என்ன இருக்கிறதென்று அவர் அலட்சியமாக இருந்திருந்தால் இத்தகைய மாற்றம் நிகழ்ந்திருக்குமா?

நமது மூக்கானது சுவாசத்திற்கு மட்டும் பயன்படவில்லை அதற்கும் மேலாக வாசனையை அறியும் நுட்பதனை கொண்டுள்ளதை ஒப்பிட்டுப்பார்தார் ஆசிரியர். இப்படித்தான் நாம் ஒவ்வொரு செயலையும்

வெறும் செயல்கள் அல்ல! அதைத்தாண்டிய' புதிய நுட்பத்தை நாம் உய்த்துணர வேண்டும் என்ற சிந்தனை ஆசிரியர் மனதில் ஓடிக் கொண்டிருந்தது.

இனி நல்லா படிக்கிற மாணவர்களுக்கு தருகிற அதே முக்கியத்துவத்தை தயங்குகிற பின்தங்குகிற ஏன் ஒவ்வொரு மாணவரையும் வகுப்பில் பங்கேற்க வைக்க வேண்டும் என்ற கொள்கை முடிவோடும், அதை ஒவ்வொரு நாளும் செயல்படுத்துவதில் உறுதியாக இருப்பதோடு அதற்காக கடினமாக உழைக்கவும் உறுதி செய்துகொண்டார்.

இதே உற்சாகத்தோடு நாளை பாடத்தை எப்படி நடத்துவது மாணவர்களை எப்படி பங்கேற்க வைப்பது என இப்பொழுதே சிந்திக்க ஆரம்பித்து விட்டார் ஆசிரியர்.

3

நான் ஒன்றும் காக்கை அல்ல!

அன்று பள்ளிக்கூடம் திறந்த முதல் நாள். மாணவ மாணவியர்கள் முக மலர்ச்சியோடு பார்க்க அழகாக வந்திருந்தார்கள். இந்த விடுமுறையில் தாங்கள் பார்த்த கேட்ட அனுபவங்களை எப்படியாவது சொல்லிவிட துடித்தார்கள். பக்கத்தில் தமது நண்பர்களோடு பேசி பேசி மகிழ்ந்தார்கள். குழந்தைகளின் இந்த இரைச்சலான சப்தம் ஆசிரியரான என்னைப் பொறுத்தவரை மகிழ்வான

சப்தமே! இசையை ரசிப்பதைப்போல என்னால் கேட்டுக்கொண்டிருக்க முடியும். இந்த முதல் வகுப்பில் மாணவ மாணவியர்கள் சொல்வதை கேட்பதைத் தவிர நான் எதுவும் செய்வதில்லை.

அப்பொழுது ஒரு மாணவி என்னை நோக்கி ஓடி வந்தாள். அவள் வரைந்த ஓவியத்தை ஒவ்வொன்றாக எனக்கு காண்பித்தாள். முதல் ஓவியத்தில் நெஸ்ட்(NEST) என்று எழுதியிருந்தது, அடுத்து அதன் தொடர்ச்சியைக் காட்டும் ஒரு அம்புக்குறி. அதன் மேல் நெக்ஸ்ட்(NEXT) என்று எழுதியிருந்தது. அப்புறம் திரும்பவும் அதேபோல் நெஸ்ட்(NEST) நெக்ஸ்ட்(NEXT), நெஸ்ட்(NEST) நெக்ஸ்ட்(NEXT) என்று போய்க்கொண்டிருந்தது. எனக்கு ஒன்றும் புரியவில்லை.

NEST $\xrightarrow{\text{NEXT}}$ NEST $\xrightarrow{\text{NEXT}}$ NEST $\xrightarrow{\text{NEXT}}$ NEST $\xrightarrow{\text{NEXT}}$

இந்த ஓவியமும் அழகாக இருக்கிறது. இதன் மூலம் நீ என்ன சொல்ல வருகிறாய்! என்று அன்போடு கேட்டேன். சார்! அடுத்த ஓவியத்தைப் பாருங்க புரியும் என்றாள்.

ஒரு காக்கை தன் கூட்டைக் கட்டிக்கொண்டிருப்பது போல வரையப்படிருந்தது. அடுத்து அதன் தொடர்ச்சியைக் காட்டும் ஒரு அம்புக்குறி. மீண்டும் ஒரு காக்கை தன் கூட்டைக் கட்டிக்கொண்டிருப்பது போல வரையப்படிருந்தது, அடுத்து அதன் தொடர்ச்சியைக் காட்டும் ஒரு அம்புக்குறி. மீண்டும் மீண்டும் அதே காட்சி வரையப்படிருந்தது. இப்படி அந்த ஓவியம் போய்க்கொண்டே இருந்தது.

இந்த காட்சி என்னுள் அப்படியே பதிந்துவிட்டது, இதில் ஏதோ கதை இருப்பது போல எனக்கு பட்டது.

இருந்தாலும் அதை காட்டிக்கொள்ளாமல் அவளை வெகுவாக பாராட்டினேன்.அவள் அக மகிழ்ந்து இன்னும் இருக்கிறது என்று சொல்லி அடுத்த பக்கத்தைக் காட்டினாள்.

அதில் முதலில் ஒரு குடிசை வீடு வரையப்படிருந்தது, அதன் கீழே இது எனது **பாட்டியின்பாட்டிவீடு** என எழுதப்பட்டிருந்தது அடுத்து அதன் தொடர்ச்சியைக் காட்டும் ஒரு அம்புக்குறி. இப்பொழுது ஒரு ஓடு வேயப்பட்ட வீடு வரையப்படிருந்தது, அதன் கீழே இது எனது **பாட்டியின்வீடு** என எழுதப்பட்டிருந்தது. அடுத்து அதன் தொடர்ச்சியைக் காட்டும் ஒரு அம்புக்குறி இப்பொழுது ஒரு மெத்தை விடு வரையப்படிருந்தது, அதன் கீழே இது எனது **அம்மாவின்வீடு** என எழுதப்பட்டிருந்தது. அடுத்து அதன் தொடர்ச்சியைக் காட்டும் ஒரு அம்புக்குறி. இப்பொழுது குடிசை வீடு, ஓடு வேய்யப்பட்ட வீடு மெத்தை வீடு எல்லாம் இணைந்த ஒரு புதிய வீடு வரையப்பட்டிருந்தது. அதன் கீழே இது **எனதுபுதியவீடு** என எழுதப்பட்டிருந்தது. இப்படியாக அந்த ஓவியம் ஒரு வழியாக முடியுற்று இருந்தது.

இந்த ஓவியத்தைப் பார்த்து நானே சற்று அசந்து போய்விட்டேன். இதை அவளே வண்ணப் பென்சிலால் வரைந்திருந்தாள். நான்காம் வகுப்பிலிருந்து ஐந்தாம் வகுப்பிற்கு வந்திருக்கும் இந்த மாணவிக்கு ஓவியத்தில் கருத்து சொல்லும் அளவிற்கு அவள் சிந்தித்திருப்பாள் என்று நான் கருதவில்லை. இந்த விடுமுறையில் அவள் பாட்டி வீட்டிற்கு சென்று வந்துள்ளாள் என்பது மட்டும் புரிகிறது. அவள் அங்கே பார்த்த காட்சிகளை ஓவியமாக வரைந்திருக்கிறாள். இது பற்றி அவளிடம்

அப்புறம் கேட்கலாம் என்று எண்ணியபடியே அவளை மீண்டும் பாராட்டினேன். இன்னும் எனக்கு நிறைய படங்களை வரைந்து காட்டு என அன்பாக சொன்னேன். அவள் மகிழ்ந்தபடியே துள்ளிக் குதித்தாள். அவள் மகிழ்ச்சியில் மிதந்தாள்.

அடுத்த நாள் அந்த மாணவியிடம் இன்னும் ஏதாவது ஓவியம் இருக்கிறதா? என கேட்டேன். அவள் இல்லை என்று தலையசைத்தாள். அது சரி நேற்று அழகா ஒரு ஓவியம் எடுத்து வந்தீங்களே! அந்த ஓவியத்தை நீங்க ஏன் வரைந்தீங்க? என கேட்டேன்.

ஓ! அதுவா! என ஆவலோடு சொல்ல ஆரம்பித்தாள்.

எங்க வீட்டிற்கு அருகில் ஒரு மரம் இருக்கிறது. அந்த மரத்தில ஒரு காகம் கூடு கட்டுவதை நான் பார்த்தேன். சின்னச் சின்ன குச்சிகளை தன் வாயில் வைத்து எடுத்துச் சென்றதை நான் பார்த்தேன். கொஞ்ச நாள்ல ஒரு கூட்டை கட்டி முடித்துவிட்டது. நான் தினமும் அதைப் பார்ப்பேன். அதுபோல நாமும் ஒரு வீடு கட்ட வேண்டும் என ஆசை வந்தது. அதை என் அம்மாவிடம் சொன்னேன். அவங்க அதெல்லாம் நீ பெரியவளா வளர்ந்த பிறகு கட்டிக்கலாம் என சொல்லிட்டாங்க!

அப்புறம் என்னாச்சு! சரி! நீங்க உட்கார்ந்தபடியே மீதி கதையைச் சொல்லுங்க என்றேன்.

"அம்மா! நீ எப்படிமா வீடு கட்டண" என கேட்டேன். நம்மால காகம் மாதிரி தனியா வீடு கட்ட முடியாது. நாம அதற்கான பணத்தை சேர்த்து வைக்கனும். அப்புறம் இஞ்ஞினியர். மேஸ்திரி போன்ற இதர மனிதர்களோட ஆதரவோடுதான் நாம வீடு கட்ட முடியும். "அப்ப! நம்ம பாட்டியும் அப்படிதான் வீடு

கட்டணாங்களா!” என்றேன். இதெல்லாம் உனக்கு சொல்லி புரிய வைக்க முடியாது! நாம எல்லா வீட்டிற்கும் போகலாம் என்று சொல்லி என்னை அழைத்துச் சென்றார்கள்.

அப்பதான் நான் எங்க பாட்டியின் அம்மா வாழ்ந்த குடிசை வீட்டைப்பார்த்தேன். அப்புறம் எங்க பாட்டியின் ஓடு வேய்யப்பட்ட வீடு, எங்க அம்மாவின் மெத்த வீடு எல்லாம் பார்த்தேன்.அப்படியே எல்லா வீட்டு மரத்திலேயும் காகத்தின் வீட்டையும் பார்த்தேன். எனக்கு ஒரே ஆச்சரியம். எப்படி காக்கா மட்டும் ஒரே மாதிரி வீடு கட்டுது.நாம மட்டும் ஏன் மாத்தி மாத்தி வீடு கட்டுறோம் என அம்மாவிடம் நான் கேட்டேன். அதெல்லாம் நீ பெரியவளா வளர்ந்த பிறகு எல்லாம் புரியும் என்று சொல்லிட்டாங்க சார்! என்றாள்.

அப்புறம் நான் என்ன செய்ய ! வீட்டுல போயி அப்படியே இதெல்லாம் வரைய ஆரம்பிச்சிட்டேன்.

சரி! சரி! உங்க கதை அருமையாக இருக்கிறது. “நீங்க ஏன் அந்த காக்கா போல ஒரே மாதிரி வீடு வரையல?”

“இப்பதான் எனக்கு எல்லாம் தெரிந்துவிட்டதே! ஆதான் நான் எங்க பாட்டி வீடு, அப்புறம் எங்கம்மா வீடு எல்லாம் சேர்த்து வரைந்துவிட்டேன்” என்று அவள் சொன்னவுடன் நான் சற்று தயங்கியபடியே அவள் முகத்தைப் பார்த்தேன். நான் யோசிப்பது தெரிந்தவுடன். “ அய்யோ! நான் ஒன்னும் காக்கா இல்லையே! அப்படியே மாத்தாம கட்டுவதற்கு” என்று சட்டென பதில் வந்தது.

நான் அப்படியே அசந்து போனேன். இப்படி பளிச்சென்று ஒரு பதில் வரும் என்று நான் எதிர்பார்க்கவில்லை! என் முகமாற்றத்தை அவள்

கவனிக்கும் முன்பாக சட்டென நானும் ஒரு சாக்லெட்டை எடுத்து கொடுத்து சமாளித்து விட்டேன். அந்த மாணவியும் மகிழ்ந்தபடியே அவள் இடத்தில் போய் அமர்ந்து கொண்டாள்.

இப்பொழுது எனக்குள் சிந்தனை ஓட ஆரம்பித்துவிட்டது. இருந்தாலும் அன்றைய வகுப்பை முடித்துவிட்டு அடுத்த வகுப்பிற்கு சென்றுவிட்டேன்.

நான் வீடு வந்து சேர்ந்தாலும் "நான் ஒன்னும் காக்கா இல்லையே" என்ற வார்த்தை என்னுள் ஓடிக்கொண்டிருந்தது. நாம பாடம் நடத்துறமா! இல்ல பிள்ளைகள் நமக்கு பாடம் நடத்துகிறார்களா! என்ற சந்தேகம் எனக்குள் அடிக்கடி ஏற்படுவதுண்டு. கற்பித்தலும் கற்றலும் புரிதலை இரண்டு பக்கமும் விரிவுப் படுத்துவதாகவே எனக்கு பட்டது.

பறவைகள் விலங்குகள் மற்றும் மனிதர்களுக்கு இடையேயான அந்த பரிணாம இடைவெளி எத்தனை மகத்தானது என்ற எண்ணம் எனக்குள் எழுந்தது. காக்கை இன்னும் எத்தனை ஆண்டுகள் ஆனாலும் தன் கூடு கட்டும் விதத்தை மாற்றப் போவதில்லை. ஆனால் வாழ்க்கை இன்னும் புரியாத அந்த நான்காம் வகுப்பு மாணவி தன் முன்னோர்கள் கட்டியது போல் அப்படியே விடு கட்ட எண்ணாமல், அவளவில் ஒரு புதிய வீடாக அவளால் கற்பனை செய்ய முடிகிறது. இதுதான் பரிணாம வளர்ச்சியின் உச்சம். மனிதக் குரங்கிலிருந்து மனிதனாக மாறிய அந்த இடைப்பட்ட காலத்தின் மகத்தான மாற்றத்தை அறிய என் மனம் துடித்தது.

அதுமட்டுமல்ல! அந்த சிறுமியின் படைப்பாற்றல் வெளிப்பட்ட விதம் அற்புதமானது. அதில்தான்

அவளுக்கு எவ்வளவு மகிழ்ச்சி. இத்தகைய மகிழ்ச்சியை அந்த காகம் அடைய முடியுமா? மனிதனின் சிந்தனையும் உழைப்பும் இணைந்த இந்த செயல்தான் எவ்வளவு அற்புதமானது!.

அதுமட்டுமா தனது கலைப்படைப்பின் மூலம் தான் உணர்வுமிக்க உயிரினம் என்பதை மனிதன் நிருபித்துக்கொண்டே இருக்கிறான். இப்படியான சிந்தனை என்னுள் எழுந்து கொண்டே இருந்தது.

அடுத்த நாள் வகுப்பிற்குச் செல்ல இன்றே எனக்கு உற்சாகம் கூடிவிட்டது.

4

அறிவியல் கொடி விழா!

காலை இறைவணக்கத்தை முறைப்படி செலுத்துவதற்காக மாணவர்கள் விளையாட்டு மைதானத்தில் வரிசையாக நிற்கத் தொடங்கினார்கள். ஆசிரியர்கள் அனைவரும் மாணவர்களை ஒழுங்கு படித்தியபடியே மேடைக்கு வந்தார்கள். சற்று நேரத்தில் பள்ளியின் முதல்வரும் மேடைக்கு அருகில் வரவும்,, மாணவர்களிடையே சப்தம் படிப்படியாக குறைந்து அமைதி நிலவியது.

மாணவத் தலைவர் இறைவணக்கத்தை ஆரம்பித்து வைக்க, மாணவர்கள் ஒரே குரலில் பாடி முடித்தார்கள். சில முக்கியச் செய்திகள் மற்றும் அறிவிப்புகளோடு அன்றைய இறைவணக்க நிகழ்வு முடிவுக்கு வந்தது.

மாணவர்கள் தத்தம் வகுப்பிற்குச் செல்லத் தொடங்கினார்கள். மைதானம் வெற்றிடமாக மாறியது. சிறிது நேரத்தில் மீண்டும் சில மாணவர்கள் மைதானத்தை நோக்கி ஓடி வந்தார்கள். அவர்களுக்குள் பேசிக்கொண்டே குறுக்கும் நெடுக்குமாக ஓடினார்கள். பள்ளி முதல்வர் தொடங்கி ஆசிரியர்களுக்கும் ஒன்றும் புரியவில்லை. ஏன் சில மாணவர்கள் மட்டும் மீண்டும் ஏதோ அணிவகுப்பு நடத்த முயற்சிக்கிறார்கள் என்பது புரியவில்லை!.

மீண்டும் மைதானத்தில் ஓடிய மாணவர்கள் ஏதோ ஒரு ஒழுங்கிற்கு வந்தது போல தெரிந்தது. குறுக்கும் நெடுக்குமாக ஒரு அட்டவணையைப் போல மாணவர்கள் அழகாக நின்றார்கள். சட்டென வேதியியல் ஆசிரியருக்கு புரிந்து விட்டது. என்னதான் நடக்குது பார்ப்போமென அவரும் ஆர்வமானார்.

பள்ளி முதல்வர் உட்பட அனைத்து ஆசிரியர்கள் கவனமும் மாணவர்களின் இந்த புதிய அணிவகுப்பை ஆவலோடு பார்த்துக்கொண்டிருந்தனர்.

ஒரு அட்டவணையைப்போல அணிவகுத்த மாணவர்கள் திடீரென ஆளுக்கொரு அட்டையை தூக்கிப் பிடித்தார்கள். அதில் தனிமங்களின் குறியீடுகள் எழுதப்பட்டிருந்தன.

ஆசிரியர்களுக்கு புரிய ஆரம்பித்துவிட்டது. தனிமங்களின் இந்த அட்டவணையை மெண்டலேயேவ் என்ற அறிவியலாளர் தயாரித்து 150 ஆண்டுகள்

கடந்துவிட்டது. இதை உலகம் முழுவதும் தற்போது கொண்டாடிக் கொண்டிருக்கிறார்கள். நமது மாணவர்களும் இப்படி புதிய முறையில் கொண்டாடுவது பாராட்டுக்குரியது என்ற சிந்தனை ஆசிரியர்கள் மனதில் ஓடிக்கொண்டிருந்தது.

அதற்குள் ஒரு மாணவன் ஒரு பெரிய கொடியை கம்பீரமாக வீசியபடியே மாணவர்களின் அணிவகுப்பைச் சுற்றிச் சுற்றி வந்தான். அந்த கொடியின் ஒரு பக்கத்தில் விஞ்ஞானி மெண்டலேயேவின் உருவம் வரையப்பட்டிருந்தது. மறுபுறம் 150 என்று எண்ணால் எழுதப்பட்டிருந்தது. அனைவரும் அந்த கொடியையே உற்றுப் பார்த்துக் கொண்டிருந்தனர். அந்த கொடியை உயர்த்திப் பிடித்தப்படியே மையத்தில் வந்து நின்றான் அந்த மாணவன்.

வகுப்பறைக்குச் சென்ற மாணவர்கள் மீண்டும் மைதானத்திற்கு வந்து என்ன நடக்கிறது என பார்க்க ஆரம்பித்துவிட்டனர்.

சில மாணவர்கள் ஒன்றுகூடி **அறிவியல் கொடி** என்ற ஒரு புதிய குழுவை உருவாக்கி இருந்தார்கள். அதாவது பள்ளியின் மைதானத்தில் அறிவியல் கொடியை ஒரு புதிய கொடிக்கம்பத்தில் பறக்க விடுவது. இந்த அறிவியல் கொடிக் குழு கூடி எந்த விஞ்ஞானியை கொண்டாட விரும்புகிறதோ அவரின் படம் பொறித்த கொடியை உருவாக்கி அந்த அறிவியல் கொடிக்கம்பத்தில் பறக்க விட்டு அவருக்கு மரியாதை செய்வது. அதோடு அவரைப்பற்றிய கருத்துக்களை கற்றுத் தேர்ந்து மாணவர்களிடையே பரப்புவது.

அதன் படி கொடியை மாணவர்களிடம் அறிமுகம் செய்துவிட்டு புதிய கொடிக்கம்பத்தில்

Y
Zr
Ag
Po
Ni
W
O_2
C
H
K
M

கொடியை ஏற்ற சில மாணவர்கள் கொடிக்கம்பத்தை நோக்கிச் சென்றனர். ஏற்கனவே தயாரித்து வைத்தக் கொடியை அனைவரும் ஏற்றினார்கள். கொடியேற்றப்பட்ட பொது பட்டென்று மெலிதாய் ஒரு சப்தம் கேட்டது. அப்பொழுது கொடியிலிருந்து **பிக்பேங், யுனிவர்ஸ், மற்றும்நெபூலா** போன்ற வார்த்தைகள் வண்ண மத்தாப்புக்களாய் வெடித்துச் சிதறி விழுந்தன. மாணவர்கள் துண்டு துண்டாய் சிதறி விழுந்த வண்ணக் காகிதங்களை பறந்து வரும்போதே கைகளால் தாவிப் பிடித்தனர். சற்று நேரத்தில் ஒரே மகிழ்ச்சி ஆரவாரம்.

அய்யா! எனக்கு ஹைட்ரஜன் கிடைத்தது என ஒரு மாணவி கையை உயர்த்தினாள். அதில் 'H' என்ற எழுத்து ஒளிர்ந்தபடியே இருந்தது. அய்யா! என்று இன்னொரு மாணவி கையை உயர்த்தினாள் . அதில் **O2** என்ற எழுத்து ஒளிர்ந்தபடியே இருந்தது. இப்படியே ஒவ்வொரு மாணவரும் கைகளை உயர்த்த உயர்த்த **118**தனிமங்களின் குறியீடுகளும் ஒரே நேரத்தில் ஒளிர்ந்தது. மாணவர்கள் உற்சாகமாக துள்ளிக் குதித்தனர். ஒரே சப்தம். மாணவர்கள் மகிழ்ந்து! மகிழ்ந்து! **"மெண்டலியேவ்"** வாழ்க! வாழ்க! என கோஷமிட்டனர். ஆசிரியர்களும் இந்த ஆரவாரத்தில் தங்களையும் இணைத்துக்கொண்டனர். இந்த மகிழ்ச்சியின் ஆரவாரம் அடங்க சற்று நேரமானது.

அப்பொழுது ஒரு மாணவன் மேடைக்கு அருகே இருந்த ஒலிப்பேருக்கியை நோக்கிச் சென்றான். மாணவர்களை நோக்கிக் கையை அசைத்துவிட்டு பேசலானான்.

"முதலில் எங்களை மன்னிக்குமாறு பள்ளி முதல்வர் உள்ளிட்ட அனைத்து ஆசிரியர்களையும் வேண்டி கேட்டுக்கொள்கிறோம். உங்களிடம் அனுமதி பெறாமல் இப்படி ஒரு விழாவை ஏற்பாடு செய்துவிட்டோம். யாரும் எதிர்பாராத நேரத்தில் வித்தியாசமாக கொண்டாட வேண்டும் என்று முடிவு செய்து, இவ்விழாவை தொடங்கிவிட்டோம். உங்களின் பலத்த கரவொலி மூலம் இவ்விழா தொடர்ந்து நடக்க அனுமதி அளிக்குமாறு அன்போடு மாணவர்கள் சார்பாக கேட்டுக்கொள்கிறேன் என்றான்" அந்த மாணவன். உடனே ஆசிரியர்கள் உள்பட அனைவரும் கரவொலி எழுப்பி உற்சாகப்படுத்தினார்கள். உங்களின் பலத்த ஆதரவுக்கு நன்றி!

இந்நேரம் நாங்கள் என்ன செய்தோம் என்பதை நன்றாக அறிந்திருப்பீர்கள் என்று நாங்கள் நம்புகிறோம் என்றபடியே அந்த மாணவன் தன் பேச்சைத் தொடர்ந்தான்.

இந்த பிரபஞ்சமே தனிமங்களால் ஆனதுதான் என்பதை நாம் அனைவரும் அறிவோம். இந்த பூமியில் கிடைக்கக்கூடிய தனிமங்களை அறிவியலாளர்கள் ஆராய்ந்து கொண்டே இருந்தார்கள். அதில் ஏதோ ஒரு ஒழுங்குமுறை இருப்பதாக உணர்ந்தார்கள். அதன்மூலம் தனிமங்களை இன்னும் சரியாக புரிந்து கொள்ளலாம் என ஆய்வை மேலும் தொடர்ந்தார்கள். இப்படிப்பட்ட ஆய்வை மேற்கொண்டவர்தான் மெண்டலெவேவ் ஆவார். இவர் தனிமங்களின் அணு எடையை அடிப்படையாக வைத்து ஒரு அட்டவணையை உருவாக்கினார். மேலும் இந்த அட்டவணையில் ஒரு சில இடங்களை காலியாக விட்டார். இது பல புதிய தனிமங்களை கண்டுபிடிக்க உதவியது. இந்த

அட்டவணை வெளியான பின்னால்தான் வேதியியல் என்பது மேலும் பல முன்னேறங்களை அடைந்தது. அதுமட்டுமல்லாது வேதியியல் வினைகள் குறித்தப்பார்வை மேலும் மேலும் தெளிவாக புரிந்தது. அறிவியல் உலகம் இதை கொண்டாடத் துவங்கியது. இதனால் உலக மக்கள் பல நன்மைகளைப் பெற்றார்கள்.

இந்த அட்டவணை உருவாகி சரியாக 150 ஆண்டுகள் ஆகின்றன. இன்றைக்கு இந்த நிகழ்வை உலகமே கொண்டாடுகிறது. இதை நமது பள்ளியிலும் கொண்டாடுவது என முடிவு செய்து இப்படி உங்கள் முன்னால் கொண்டாடிவிட்டோம். ஏதேனும் குறை இருந்தால் ஆசிரியர்கள் மன்னிக்க வேண்டுகிறோம்" என்று அந்த மாணவன் பேசி முடித்தான்.

அப்பொழுது மாணவர்களிடையே சலசலப்பு ஏற்பட்டது. எல்லாம் சரிதான்; இந்த தனிமங்கள் எல்லாம் மண்ணில் உருவானதாக ஒரு சில மாணவர்கள் சொல்கிறார்கள். இல்லையில்லை அது விண்ணில் உருவாகி மண்ணுக்கு வந்தவை என மற்ற மாணவர்கள் சொல்கிறார்கள். இதில் எது சரி! இப்படி மாணவர்களுக்குள் பேசிக்கொண்டதால் சலசலப்பு உருவாகிவிட்டது. இந்த சலசலப்பு ஓய்வதாக தெரியவில்லை.

இதை முடிவுக்கு கொண்டுவருவதற்காக ஒரு மாணவி மேடையேறினாள். மாணவ மாணவியர்களே! சற்று அமைதியாக இருங்கள். உங்கள் கேள்விகள் மிகச்சரியானவை. இந்த நேரத்தில் உங்களின் சரியான சிந்தனை பாராட்டுக்குரியது. என்னால் முடிந்தவரை உங்களுக்கு சொல்கிறேன் என அந்த மாணவி மிக ஆர்வமாக பேசலானாள்.

நாம் காணும் இந்த பிரபஞ்சம் எப்படி உருவானது என்று தெரிந்தால்தான் உங்களின் கேள்விகளுக்கு சரியான பதிலை நாம் பெறமுடியும். அதாவது பல பில்லியன் ஆண்டுகளுக்கு முன்னாள் இந்த பிரபஞ்சம் எவ்வாறு உருவானது என்பதைப்பற்றி அறிவியலார்கள் கணித்ததை உங்களுக்கு ஞாபகப்படுத்துகிறேன்.

இடைவிடாத வெப்பமும் அழுத்தமும் ஒரு புள்ளியில் குவிந்து அதிகமாகும் போது காஸ்மிக் துகள்களுக்கிடையே ஒரு பெரும் வெடிப்பு நிகழ்ந்திருக்கிறது. அந்த பெருவெடிப்பின் நிகழ்வாகத்தான் பிரபஞ்சம் உருவானது. அப்படி உருவான பிரபஞ்சம் விரிந்துகொண்டே இருக்கிறது. இப்படி பிரபஞ்சம் உருவான அதே நேரத்தில் மிகவும் அணு எடை குறைவான ஹைட்ரஜன் , ஹீலியம் போன்ற வாயுக்கள் உருவாகின. தற்போதுகூட இந்த பிரபஞ்சத்தில் 73% சதவீதம் ஹைட்ரஜனும் 25% சதவீதம் ஹீலியமும் உள்ளன என்பதை நாம் அறிவோம்.

இதன் தொடர் நிகழ்வாக பிரபஞ்சத்தின் அழுத்தமும் வெப்பநிலையும் குறையும் பொது விண்மீன்கள் உருவாகின்றன. இந்த விண்மீன்கூட்டங்கள் ஒன்று சேர்ந்து விண்மீன்திரள்களை (galaxies) உருவாக்குகின்றன.

ஹைட்ரஜன் மற்றும் ஹீலியம் தவிர மற்ற தனிமங்கள் விண்மீன்களில்தான் உருவாகின்றன என்றால் நீங்கள் நம்புவீர்களா?. ஆனால் அதுதான் உண்மை. நட்சத்திரங்களும் நம்மைப்போல பிறந்து

வளர்ந்து பின்பு இறந்து போகின்றன. அதாவது சூப்பர் நோவாக்களாக மாறி வெடித்து மீண்டும் இந்த பிரபஞ்சத்தில் கரைந்து விடுகின்றன. நட்சத்திரத்தில் உள்ள உயர்ந்த வெப்ப நிலையில்தான் ஹைட்ரஜன் மற்றும் ஹீலியம் போன்ற தனிமங்கள் தொடர் அணு எதிர்வினை புரிந்துகொண்டே இருக்கின்றன. இந்த தொடர் எதிர்வினை காரணமாக புதிய தனிமங்கள் உருவாகின்றன. அதாவது ஆக்ஜிஜன் தொடங்கி மிக அதிக எடையுள்ள தங்கம், வைரம், யூரோனியம் போன்ற எல்லா தனிமங்களும் நட்சத்திரங்களின் வளர்ச்சிப் போக்கில் தொடர் நிகழ்வாக உருவாகிக்கொண்டே இருக்கின்றன. பின்னர் சூப்பர் நோவாவாக மாறி வெடித்து பிரபஞ்சத்தில் கரைந்து விடுகின்றன. இந்த தூசுக்கூட்டங்கள் திரண்டு பெரும் கோள்களாக உருவாகின்றன. அப்படிதான் நாம் இருக்கும் இந்த பூமியும் உருவானது.

என்ன மாணவர்களே! பிரபஞ்சத்தில் இருந்து பூமிக்கு வந்து விட்டோமா! இதுதான் என்னளவில் நான் புரிந்துகொண்ட தனிமங்களின் வரலாறு. என்னைவிட நமது ஆசிரியர்கள் இன்னும் விரிவாக உங்களுக்குச் சொல்வார்கள் என்றாள் அந்த மாணவி.

இனியும் வேதியியல் ஆசிரியரால் வெறுமனே பார்த்துக்கொண்டிருக்க முடியவில்லை. மேடையை நோக்கி வேகமாக நடக்க ஆரம்பித்துவிட்டார். வேதியியல் ஆசிரியர் மேடைக்கு வருவதை கவனித்த மாணவர்கள் உற்சாகமாக கரவொலி எழுப்பி வரவேற்கத் தொடங்கிவிட்டனர். ஆசிரியர் மேடைக்கு ஏறி “ அன்புள்ள மாணவ மாணவியர்களே!” என்றவுடன் கரவொலி இன்னும் அதிகமானது.

இப்படி ஒரு விழாவை ஏற்பாடு செய்தமைக்காக முதலில் உங்களுக்கு பாராட்டுக்களைத் தெரிவித்துக்கொள்கிறேன். முதன் முதலில் "அறிவியல் கொடி" என்ற பெயரில் ஒரு கொடிக்கம்பத்தை நட்டு இவ்விழாவை தொடங்கியதற்காக மீண்டும் உங்களை மனதார பாராட்டுகிறேன். இனி பல அறிவியல் அறிஞர்களின் நினைவை கொண்டாட நமக்கு ஒரு வழி கிடைத்துள்ளது. இனி அறிவியல் கொடி என்பது நமது பள்ளியின் அடையாளமாக மாறிவிடும். அதுமட்டுமல்லாமல் ஒரு விஞ்ஞானிக்கு கொடியேற்றி மரியாதை செய்வது என்பது மிக முக்கியமான நிகழ்வாக எனக்கு தோன்றுகிறது. ஒவ்வொரு கண்டுபிடிப்பும் மக்களின் வாழ்வில் இன்பங்களை தொட்டுக் காட்டிக்கொண்டே செல்கின்றன. கலைஞர்களை கொண்டாடி மகிழும் இந்த பிள்ளைகள் விஞ்ஞானிகளையும் கொண்டாடி மகிழ்வார்கள். அதில் மாணவர்களுக்கு எந்த மனத்தடையும் இல்லை என்பதை இன்றைக்கு நான் நேரில் பார்த்து பெரு மகிழ்ச்கி அடைந்தேன். மெண்டலேயேவ் இன்று உயிரோடு இருந்திருந்தால் உங்களை எல்லாம் பாராட்டி மகிழ்ந்து முத்த மழை பொழிந்திருப்பார். ஆனால் மாணவர்களாகிய உங்களுக்கு இன்னொரு நல்லச்செய்தியை நான் சொல்லியாக வேண்டும்.

இந்த விஞ்ஞானி மெண்டலேயேவ் பற்றி நீங்கள் நன்றாக அறிந்திருப்பீர்கள் என்று நான் நம்புகிறேன். ஆனால் மெண்டலேயேவின் தாயாரைப் பற்றி உங்களுக்கு தெரியுமா? உண்மையில் அந்த தாயார் தான் மிகச்சிறந்த கண்டுபிடிப்பாளர். ஏன் அப்படி சொல்கிறேன் தெரியுமா! அந்த தாய்க்கு மொத்தம் 14 பிள்ளைகள். அந்த 14 பிள்ளைகளில் கடைசி

பிள்ளைதான் இந்த மெண்டலேயேவ். இந்த பிள்ளைதான் மிகவும் கூர்மதி கொண்டவன் என்பதை அந்த தாய் கண்டுகொண்டாள். அதோடு இவனை எப்படியாவது ஒரு நல்ல கல்லூரியில் சேர்க்க வேண்டும் என்பதை உறுதி செய்துகொண்டாள்.

அவர்களின் குடும்பம் ஒரு ரொட்டிக்கடை வைத்து பிழைப்பு நடத்திக்கொண்டிருந்தது. அந்த தாயின் கணவரும் திடீரென இறந்துவிட குடும்பம் கஷ்டத்தில் ஆழ்ந்தது. இந்தத் தாய் அதை வெற்றிகரமாக சமாளித்ததோடு மட்டுமல்லாமல் இருந்த கொஞ்ச நிலத்தையும் விற்று மெண்டலேயேவை மட்டுமாவது மேல் படிப்பு படிக்க வைக்க வேண்டுமென்று உறுதியாக இருந்தாள்.

பலரிடம் விசாரித்து செயிண்ட் பீட்டர்ஸ்பெர்க் நகரத்தில் உள்ள நல்ல கல்லூரியில் சேர்ப்பது என முடிவு செய்து விட்டாள். ஆனால் இவர்கள் வசிக்கும் சைபீரியாவின் தெற்கு பகுதி செயிண்ட் பீட்டெர்ஸ்பெர்க்கிலிருந்து கிட்டதட்ட 4000 கிலோமீட்டராகும். அதாவது கன்னியாகுமரியிலிருந்து காஷ்மீர் வரை உள்ள தூரத்தைவிட சற்று அதிகமாகும் என்றால் கற்பனை செய்து பார்த்துக்கொள்ளுங்கள்.

ஆனால் இந்த தாய் மனம் சோர்ந்திடவில்லை. தனது மகனை அழைத்துக்கொண்டு இரயிலிலும், பேருந்துகளிலும் மேலும் நடந்தும் ஒருவழியாக செயிண்ட் பீட்டர்ஸ்பெர்க் நகரத்தை அடைந்தாள். தனது மகனை ஒரு கல்வியியல் கல்லூரியில் சேர்த்தாள். அங்கிருந்த ஒரு பேராசிரியரிடம் தனது மகனை ஒப்புவித்து, தன்னிடமிருந்த மீதிப்பணத்தையும் கொடுத்து படிக்கவைக்க வேண்டிக்கொண்டார்.

இப்படி தன் மகனின் கல்விக்காக கடினமாக உழைத்த அந்த தாயும் அடுத்த ஒரு வருடத்தில் காலமாகிவிட்டார். அந்த பேராசிரியரே நமது மெண்டலேயேவை படிக்க வைத்தார். நமது மெண்டலேயேவும் நன்றாக படித்து அந்த கல்லூரியிலேயே பேராசிரியராக பணியில் சேர்ந்தார். அதன் பிறகு வேதியியலைப் பற்றி ஆய்வு மேற்கொண்டு மகத்தான இந்த தனிமங்களின் பட்டியலை அவர் வெளியிட்டார்.

இப்பொழுது சொல்லுங்கள்! அந்த தாயின் மகத்தான உள்ளுணர்வை என்னவென்று சொல்வது! அவர்களின் மன உறுதியும் கடின உழைப்பும் இல்லையென்றால் மெண்டலேயேவ் போன்ற ஒரு மகத்தான விஞ்ஞானி உருவாகி இருக்க முடியுமா?

அன்புள்ள மாணவர்களே! இதுதான் இந்த விழாவின் செய்தியாக இருக்க முடியும் என்று நான் நம்புகிறேன். உங்கள் பெற்றோர்க்கு நன்றி சொல்லுங்கள். அவர்களின் உழைப்பிற்கு ஈடு இணை ஏதுமில்லை. நீங்கள் மெண்டலேயேவ் போல நன்றாக படித்து நாளை நீங்களும் ஒரு விஞ்ஞானியாக மாறவேண்டும் என்று உங்களை பணிவோடு கேட்டுக்கொள்கிறேன்.

அதுசரி! அந்த தாயின் பெயர் என்ன தெரியுமா?

மெண்டலேயேவ் என்பது தான் அந்த தாயின் பெயராகும். உண்மையில் அந்த விஞ்ஞானியின் பெயர் டிமிட்ரிவ் என்பதாகும். டிமிட்ரிவ் கூட மெண்டலேயேவும் சேர்ந்தே வந்து விட்டது. இதுதான் அந்த தாய்க்கு செய்யும் மரியாதை ஆகும்.

என்ன மாணவ மாணவியர்களே! "இனி நீங்கள் டிமிட்ரியை மறக்கமாட்டீர்கள்! மெண்டலேயேவையும்

மறக்கமாட்டீர்கள்!. அதோடு உங்கள் பெற்றோரையும் மறக்க மாட்டீர்கள்! நீங்கள் நன்றாக படித்து வெற்றியாளராக வரவேண்டுமென உங்களை மனதார வாழ்த்தி விடைபெறுகிறேன்'' என்றபடியே வேதியியல் ஆசிரியர் மேடையை விட்டு கீழே இறங்கினார்.

மாணவர்களின் கரவொலி அடங்க வெகு நேரமானது. மாணவர்கள் தங்களுக்குள் பேசிக்கொண்டனர். உறுதி எடுத்துக்கொண்டனர்.

விழா முடிவுக்கு வந்தது! என்று விழா குழுவினர் நன்றி பெருக்கோடு எடுத்துக்கூற, மாணவர்ககள் தத்தம் வகுப்பிற்கு பெரும் உற்சாகத்தோடு பாடம் படிக்க உள்ளே சென்றார்கள்.

இப்பொழுது மைதானம் வெறுமையாக இருந்தது. ஆனால் அறிவியல் கொடிக் கம்பத்தில் மெண்டலேயேவ் கம்பீரமாக பறந்து கொண்டிருந்தார்.

5

அண்ட ரெண்ட பட்சி

மாணவர்கள் சுதந்திரமாகவும் நட்பாகவும் விளையாட வேண்டும் என்று விரும்புபவன் நான். அவர்கள் விளையாடும்போது மட்டும்தான் மனசு லேசாகி சமநிலை அடைவர். வாரத்தில் ஒரு நாளாவது எனது மாணவர்களை விளையாட அனுமதிப்பேன்.

அன்று மாணவர்களை, “பறவைகளைப் போல நடித்துவிளையாடுங்கள். கண்டிப்பாக தரையில் மட்டும்” என்று கூறிவிட்டு அவர்களை கவனிக்க ஆரம்பித்தேன்.

ஒருவன் கைகளை மடக்கி றெக்கையாக்கி கோழியைப் போல பறந்துகாட்டினான். ஒரு மாணவன் கைகளை நன்றாக விரித்து காக்கையைப் போல பறந்து காட்டினான. சற்று தூரம் பறந்து அமரும் கொக்கைப் போலஒரு மாணவன் நடித்து காட்டினான்.

வானத்தில் வட்டமிடும் கழுகைப்போல ஒரு மாண வன் வட்டமாக பறந்து எலியைப் பிடிப்பதைப் போலபாய்ந்து காட்டினான். பறவைகள் கூட்டமாக பறப்பது போல மாணவர்கள் அனைவரும் இணைந்து கூட்டமாக கைகளை விரித்து தரையில்பறந்தபடியே நடித்தார்கள்.

திடீரென ரொம்ப தடிமனான ஒரு மாணவனை அ ழைத்து வந்தார்கள். அவனுக்கு வண்ணக் காகிதத்தா லான ஒரு பெரிய மூக்கு செய்து அவன் முகத்தில் மாட்டி விட்டார்கள். தலைக்கு கிரீடமும், அவன் கைகளில் இருபுறமும் வண்ண றெக்கைகளை மாட்டி விட்டார்கள். மூக்கின் நுனி சிகப்பு வண்ணத்தில் ஒளிர்ந்தது அனைவரையும் ஈர்த்தது. றெக்கைக்கு தோதாக மாணவர்கள் இருபுறமும் அணிவகுத்து நின்று கொண்டார்கள். நான்தான் அண்ட ரண்ட பட்சி"! இந்த உலகத்தைச் சுற்றி வரப்போறேன்! இந்த வானத்தை அளந்து காட்டப் போகிறேன்! என்று கத்திக் கொண்டே விளையாட்டு மைதானத்தைச் சுற்றி வந்தார்கள்.

அந்த நேரம் பார்த்து விளையாட்டு மணி அடிக்க, மற்ற மாணவர்களும் சேர்ந்து கொண்டு நடித்து விளை யாட ஆரம்பித்து விட்டனர். மாணவர்களின் கற்பனை கலந்த இந்த விளையாட்டை நிறுத்த எனக்கு மனம்

வரவில்லை மாணவர்களின் கற்பனை திறனைக் கண்டு நான் பெரிதும் வியந்து போனேன்.

ஒருவழியாக மாணவர்களின் விளையாட்டை முடித்து வைத்தேன். அதுசரி! அது என்ன "அண்ட ரெண்ட பட்சி" என்று கேட்டேன்.

அது எங்க பாட்டி சொன்ன கதை சார்! அதுல ஒரு பெரிய பறவை வரும் அதுதான் "அண்ட ரெண்ட பட்சி" அது மிகப் பெரிய ராட்சஸப்பறவை. கடல் மலைகளைத் தாண்டி ஓயாது பறந்து கொண்டே இருக்கும்

அது என்ன கதை? ஆவலோடு கேட்டேன்.

ஒரு நாள் ஒரு இளவரசி மொட்டைமாடியில் த லை துவட்டிக்கொண்டு இருந்தாள். அந்த நேரம் பார்த்து, அந்த பட்சி அவளை தூக்கிக்கொண்டு பறக்க ஆரம்பித்து விட்டது.

அது ஏழு கடல்! ஏழுமலை தாண்டி, எட்டாவது மலையில் உள்ள மாளிகையின் உள்ளேபோய் இளவரசியை இறக்கிவிட்டது. இளவரசி தப்பித்து போ காமல் இருக்க அந்த மாளிகையைப் பூட்டிவிட்டது. இது போதாதென்று! ஒரு சிங்கத்தைக் காவலுக்கு வைத்தது.

அந்த மாளிகையின் சாவியை எடுத்து சிங்கத்தின் நாவில் வைத்துவிட்டு அந்த பட்சி பறந்து சென்றுவி ட்டது.

"அப்புறம் அந்த இளவரசியை யார் காப்பாற்றினாங்க?" என ஒருமாணவன் கேட்க இதுஎன்ன கேள்வி! இளவரசன்தான் வந்து காப்பாற்றி இருப்பான் என மற்றொரு மாணவனிடமிருந்து சட்டென பதில் வந்தது.

“இந்த கதை நல்லாயிருக்கே! அடடா! என்ன கற்ப னை” என நான் யோசிக்க ஆரம்பித்தேன்.

“அண்ட் ரெண்ட பட்சி ஒரு கற்பனையா? அல்லது இதுபோல பறவைகள் இன்றும் உண்டா சார்!” என ஒரு மாணவன் கேட்டான்.

“ஒரு ஆளையே தூக்கிக்கொண்டு செல்கிற வலிமையுடையபறவை உண்டா!” என்று எனக்குத் தெரியவில்லை ஆனால் பறவைகள் இதமான சூழ்நிலைகளை நோக்கி இடம் பெயர்ந்து செல்வது உண்டு கடல் மேல் நீண்ட நாட்களுக்கு பயணம் செய்கிற பறவைகளும் உண்டு என ஒரு பதிலை சொல்லிவிட்டு அடுத்த வகுப்பிற்கு சென்று விட்டேன்.

மாணவர்களுக்கு நான் சொன்ன பதில் முழுமையா க இருந்திருக்காது என்று மட்டும் மனதில் ஓடிக்கொ ண்டேயிருந்தது.

மறுநாள் விலங்கியல் ஆசிரியரிடம் இந்த பறவையைப் பற்றி நான் கேட்டேன், அவர் சற்றே யோசித்தவாறு பேசலானார்.

எனக்கு அந்த பறவையோட பெயர் சரியாக ஞாபகத்திற்கு வரவில்லை ஆனால் அந்த பறவை சி றகை விரித்தாள் சுமார் பனிரெண்டு அடி அளவுக்கு விரியும். அதன் கால் பாதம் வாத்தின் பாதம் போல இருந்தாலும் அவை மிகப்பெரியவை. மிக வலுவானவை. பறவை இனத்தில் மிகப் பெரியது. இதை புயற்பறவை கடல் பறவை என்றும் சொல்வார்கள் என்றார்.

எனக்கோ ஆச்சரியமாக இருந்தது. இப்படி ஒரு பறவையை நான் வாழ்நாளில் பார்த்ததில்லை.

"நமது முன்னோர்கள் ஒரு வேலை பார்த்திருக்கலாம். அல்லது வேறு யாராவது பார்த்தவர்கள் சொல்லியிருக்கலாம். எனவே அந்த பெரிய பறவைக்கு "அண்ட ரெண்ட பட்சி" என்று பெயர் வைத்திருக்கலாம் சார்" என்று அவரிடம் கூறினேன். அவரும் நீங்கள் சொல்வது சரிதான் என்றார். நான் அவரிடம் விடைபெற்று வீட்டிற்கு வந்தேன்.

எனது மேசையில் ஓவிய கண்காட்சிக்கான அழைப்பிதழைப் பார்த்தேன். எனக்கு ஓவியம் என்றால் மிகவும் பிடிக்கும். அதுவும் ஓவிய கண்காட்சி என்றால் இன்னும் பிடிக்கும். அனைத்து புதிய ஓவியங்களையும் ஒன்றாகப் பார்க்கலாம். உடனே போக வேண்டுமென்று மனசு சொன்னது.

மாலையில் கண்காட்சிக்கு சென்றேன் ஒவ்வொரு ஓவியமாக பார்த்துக்கொண்டே வந்தேன் அதில் ஒரு ஓவியம் என்னை வெகுவாக ஈர்த்தது. விலங்கியல் ஆசிரியர் சொன்னது போல ஒரு பெரிய பறவை சிறகை விரித்தபடியே இருந்தது. கடலும் மலையும் இணைந்த இடமாக காட்சி விரிந்து இருந்தது. பக்கத்தில் உள்ள ஒரு பெரிய மேட்டில் காதலனும் காதலியும் அந்த பெரிய பறவையை அதிசயமாக அண்ணாந்து பார்த்தபடியே இருந்தனர். பின்புறம் பெரிய கப்பல் பயணத்தில் இருந்தது. கடலும் மலையும், இணைந்த காதலர்களும் என ஒவ்வொன்றும் உயிர் பெற்ற சிற்பமாக உயிர்த்து நம் முன் காட்சிகளாக நின்றது. நான் வியந்து பார்த்தபடியே இருந்தேன்.

அப்பொழுதுதான் கவனித்தேன் அந்த ஓவியத்தின் அடியில் "அல்பெட்ராஸ்" என்று ஆங்கிலத்தில் எழுதப்படிருந்தது. அங்கிருந்த ஒரு நண்பரிடம் கேட்டேன் "இது என்ன அல்பெட்ராஸ் ஓவியர்

பெயரா? என்றேன். அவரோ இல்லையில்லை அது அந்த பறவையின் பெயர் என்றார். இதை வரைந்த ஓவியர் நான்தான் என்றார். நான் நியூஸ்லாந்து சென்றபோது இந்த அதிசய பறவையைப் பார்த்தேன் அப்படியே என் மனதில் பதிந்து விட்டது. உடனே அதை ஓவியமாக வரைந்து விட்டேன் என்றார் எனக்கோ விடை கிடைத்தது போல இருந்தது அவருக்கு நன்றியும் வாழ்த்தும் சொல்லிவிட்டு அந்த உயிரோவியத்தை விலைக்கு வாங்கி வந்து விட்டேன். வீட்டில் வந்து பிரித்து பார்த்ததில் அதன் பின்புறத்தில் அந்த பறவையைப் பற்றிய முழு விபரம் இருந்தது.

மறுநாள் அந்த ஓவியத்தை எனது வகுப்பறைக்கு எடுத்துச் சென்றேன் மாணவர்கள் அனைவரும் அந்த ஓவியத்தை வியந்து பார்த்த படியே இருந்தனர்.

சார்! இதுதான் “அண்டரெண்டபட்சியா” என்று ஒரு மாணவன் கேட்டான். இல்லையில்லை அது கற்பனை. கிட்ட தட்ட அது போன்ற ஒரு நிஜமான பறவை. அதன் பெயர் அல்பெட்ராஸ் என்றேன்.

மாணவர்கள் அந்த பறவையைப் பற்றி இன்னும் தெரிந்து கொள்ள வேண்டுமென ஆவலாய் துடித்தனர்.

ஒரு நாளில் சுமார் ஆயிரம் கிலோமீட்டர் தூரத்தை அது எளிதாக கடக்கும். காற்றின் விசையவும் திசையையும் நன்றாக அறிந்து அதற்கேற்றபடி பறக்கும் தன்மையுடையது. அதாவது குறைந்த சக்தியைப் பயன்படுத்தி அதிக தூரத்தை அது எளிதாக கடந்து விடும். அது தன் சிறகை விரித்து அசைக்காமலேயே காற்றின் வேகமறிந்து மேலே ஏறவும், அப்படியே இறங்கி மிதந்தபடியே தூரத்தை அதனால் கடக்க முடியும்.

நான் சொல்ல சொல்ல மாணவர்கள் ஆவலாகக் கேட்டபடியே இருந்தனர்.

"சிறகை அசைக்காமல் இருந்தால் பறவைக்கு வலிக்காத சார்!" என்றார் ஒரு மாணவன். "அப்படியே சிறகை எவ்வளவு நேரம் வைத்துக் கொள்ள முடியும்?" என்றான் இன்னொரு மாணவன். உங்கள் கேள்வி சரியானது தான். அந்த பறவையின் அமைப்பு அப்படி. அந்த பறவை முழுவதுமாக சிறகை விரிக்கும்போது அதன் தோள் பகுதியில் உள்ள ஒரு அமைப்பு அதன் சிறகுகளை வலுவாக பிடித்துக் கொள்கிறது. இதனால் பறவையின் உடலுக்கு அந்த சிறகின் பளு வந்து சேர்வதில்லை. இதனால் அது எளிதாக பறக்கிறது என்றேன்.

மாணவர்களுக்கு ஆச்சரியம் தாங்கவில்லை. மேலு ம் நான் ஏதாவது சொல்ல மாட்டேனா! என்று ஆவ லோடு எதிர்பார்த்தார்கள். "இந்த பறவை கூட்டமாக வாழும் தன்மையுடையவை. ஒரு வருடத்தில் ஒரு முட்டையை மட்டுமே இடும். ஆண் பறவையும் பெண் பறவையும் இணைபிரியாமல் அன்பாக வாழும். இந்தப் பறவைகளை நாம் அழியவிடாமல் பாதுகாக்க வேண்டும்"

என நான் சொல்லி முடித்தபோது வகுப்பறையில் அமைதி நிலவியது. இந்த பறவையைப் பற்றி நிறைய கேள்விகள் உங்களுக்கு எழுந்து கொண்டே இருக்கும். அதற்கான பதில்களை நாம் தேடிக் கண்டுபிடிக்கலாம்.

அண்டரெண்டபட்சி" ஒரு கற்பனை பறவையாக இருந்தாலும், கிட்டத்தட்ட அது போன்ற ஒரு

நிஜமான பறவையைப் பற்றி நாம் தெரிந்து கொண்டோம்.

அன்பு மானவர்களே உங்களால் நானும் இந்த பறவைகளைப் பற்றித் தெரிந்துகொண்டேன். வாழ்த்துகள். ஆனால் அன்பால் மட்டுமே இணைந்துவாழும் இந்த பறவைகளிடமிருந்து நாம் கற்றுக்கொள்ள நிறைய இருக்கிறது.

மனிதர்கள் வேற்றுமை மறந்து அன்பால் வாழ கற்றுக் கொண்டே இருக்க வேண்டும். அந்த ஓவியரும் அன்பின் வெளிப்பாடாகவே உயிரோவியமாக இந்த அல்பெட்ராஸ் பறவையை வரைந்திருக்கிறார். அவருக்கு நன்றி சொல்வோம் அன்பாய் பறவைகளை நேசிப்போம். அன்பாய் நாமும் வாழ்வோம்.

என்ன மாணவர்களே நாளை சந்திக்கலாமா! என்று பேசி முடித்தபோது மாணவர்கள் நெகிழ்ந்துப் போய் அமர்ந்திருந்தனர்.

மாணவர்கள் அந்தஓவியத்தை மீண்டும் பார்த்தனர். அன்பின் வடிவாய் அந்த ஓவியம்அவர்களுக்கு காட்சி அளித்தது. நான் அகமகிழ்ந்து அடுத்த வகுப்பிற்குச் சென்றேன்.

6

காடு ஒழுங்கற்றதா?

பள்ளிக்கூடத்திற்கு ஒரு மணிநேரம் முன்னதாக வந்துவிடுவான் மணிநாத். உடனே பையை வைத்துவிட்டு விளையாட ஆரம்பித்துவிடுவான். அன்று அனால் அப்படி விளையாட முடியவில்லை. பள்ளியின் விளையாட்டு மைதானத்தைச் சுற்றிலும் மரக்கன்றுகள் நடப்பட்டு இருந்தது. பாதுகாப்பிற்காக மரக்கன்றுகளைச் சுற்றி இரும்பு கூண்டு அமைத்திருந்தார்கள். அதன்மீது "காடழிந்தால் நாடே அழியும், மரம்

வளர்ப்போம்" என்று எழுதப்பட்டிருந்தது. அப்பொழுதுதான் அவனின் தோழி சுவேதா ஓடி வந்தாள்.

மரம் வளர்த்தால் எப்படி காடாகும்? மாந்தோப்பு தென்னந்தோப்பு மாதிரி தோப்புதானே உருவாகும்? என்றாள்.

அப்ப தோப்பு காடாவாது என்கிறாயா? என சட்டென கேட்டான் மணிநாத்.

தோப்பு என்றால் ஒழுங்கமைந்து கானப்படும்! காடு அப்படியா? அது ஒழுங்கற்றதுதானே! என்றாள் சுவேதா.

இப்படி உரையாடல் போய்க்கொண்டிருந்த போதுதான், கணக்கு ஆசிரியர் அறிவழகன் அவர்களை வகுப்பறைக்கு உள்ளே அழைத்தார்.

அவர்கள் வணக்கம் சொன்னபடியே உள்ளே வந்தனர். "ஏதோ விவாதம் போய்க்கொண்டிருந்ததே, என்ன அது" ஆவலோடு கேட்டார் ஆசிரியர்

உடனே சுவேதா ஒரு சாக்பீசை எடுத்து கரும்பலகையில் கீழ்கண்டவாறு எழுதினாள்.

மரம் = தோப்பு = காடு என்பது சரியா சார்? என்றாள்.

நான் கணக்கு ஆசிரியர் என்பதால் எனக்கு சமன்பாடு போட்டு காண்பிக்கிறாயா! என சிரித்துக் கொண்டே வினவினார்.

மரக்கன்றுகள் நட்டால் எப்படி காடாகும்? என எங்களுக்குள் பேசிக்கொண்டோம்! என்றாள் சுவேதா.

"நல்லது இன்றைக்கு மிகவும் தேவையான சுற்றுச்சூழலுக்கு உதவும்படியான உங்கள் விவாதம் தொடரட்டும்" என்றார் ஆசிரியர்.

உடனே வகுப்பில் இருந்து ஒரு மாணவி எழுந்து வந்து கரும்பலகையில் சுவேதா எழுதியதை சற்றே மாற்றி எழுதினாள். அதாவது சமக்குறியை எடுத்துவிட்டு அம்புக்குறியை போட்டு விட்டாள்.

மரம் ——→ 'தோப்பு' ——→ காடு

அனைவருக்கும் ஒரே ஆச்சரியம். அந்த மாணவி சுமாராக படிக்கக்கூடியவள்தான். "அவள் எப்படி இப்படி சிந்தித்தாள்"என வகுப்பே ஆச்சரியப்பட்டது. உனது சிந்தனை சரிதான். மரங்கள் நிறைய வைத்தாள் அது தோப்பாக மாறும், அந்த தோப்பே பின்பு காடாகவும் மாறும். உனது சிந்தனைக்கு பாராட்டுக்கள் என அந்த மாணவியை ஆசிரியர் பாராட்டினார்.

மாணவர்கள் சுதந்திரமாக சிந்திக்கும் போது வகுப்பறை சப்தம் மட்டுமல்ல புதிய சிந்தனைகளும் பொங்கி எழும் என்பதற்கு நமது மாணவியே சாட்சியாகி விட்டாள்.

என்ன மணிநாத்! உங்கள் விவாதம் முடிவுக்கு வந்ததா! என ஆசிரியர் ஆவலோடு கேட்டார்.

ஓரளவிற்கு முடிவுக்கு வந்தாலும் காட்டின் ஒழுங்கற்ற தன்மை எங்களுக்கு விளங்கவில்லை சார்! என்றான்.

காட்டின் அடிப்படை அலகு மரம்தான். அந்த மரத்தோடு சேர்த்து வளரும் செடி, கொடி, புதர்கள், விலங்குகள், பறவைகள் மற்றும் நுண்ணுயிர்கள் இவற்றின் பிரிக்க முடியாத உறவு நிலைகளை நாம் கற்க முனையும் போது உங்களுக்கான விடை கிடைத்தே தீரும் என எடுத்துச் சொல்லி அடுத்த வகுப்பிற்குச் சென்றார் ஆசிரியர்.

பள்ளிக்கூடம் விட்டு வீட்டிற்கு வந்தாலும், காட்டின் ஒழுங்கற்றத்தன்மை எங்களுக்கு விளங்கவில்லை சார்! என மாணவர்கள் எழுப்பிய கேள்விக்கு இன்னும் சரியான அறிவியல் விளக்கத்தை தேட வேண்டும் என்ற சிந்தனையே ஆசிரியருக்கு வந்து போனது.

அப்பொழுதுதான் காலை நாளிதழில் படிக்காமல் விட்டுப் போன கட்டுரைகளைப் படிக்க புரட்டினார் ஆசிரியர். அதில் மரம் வளர்த்த மாமனிதர் மரம் தங்கசாமியைப் பற்றி கட்டுரை ஒன்று பிரசுரமாகி இருந்தது. அதில் தனி ஒரு மனிதரால் ஒரு குறுங்க்காட்டை எவ்வாறு உருவாக்கிச் சாதித்தார் என்பது பற்றி எழுதி இருந்தது.

முதலில் பல இன மரக்கன்றுகளை அவரின் நிலமெங்கும் நட்டு வளர்த்தார் தண்ணீர் பற்றாக்குறை இருந்தபோதும் விடாப்பிடியாக பல வழிகளில் முயன்று மரங்களை வளர்த்திருக்கிறார். தோப்பாகி வளர்ந்த பின்னரும், அதை காடாக உயிர்பெற்று எழுவதற்கு தேவையான பாதுகாப்பு ஏற்பாடுகளைச் செய்து ஒரு குறுங்க்காட்டை மெல்ல மெல்ல உருவாக்கி விட்டிருக்கிறார். வேம்பு, தேக்கு, ஈட்டி, மனோரஞ்சிதம் மற்றும் பலா உள்ளிட்ட பல வகைகளும், அரிய மூலிகை செடிகளும் இணைந்த காடு அனைவரின் கவனத்தையும் ஈர்த்ததில் வியப்பொன்றுமில்லை.

தற்போது இந்த காடே அவரின் வாழ்க்கைக்கு மட்டுமல்ல, தற்போதைய வறண்ட சுற்றுச்சூழலையும் மேம்படுத்துவதாக மாறிவிட்டது. இது போன்ற கற்பகச் சோலைகளை நாமும் முயன்றால் உருவாக்கி நமது சுற்றுச்சுழலை மேம்படுத்த முடியும் என்று அந்த கட்டுரை வழிமொழிந்திருந்தது.

இந்த கட்டுரையைப் படித்தவுடன், ஒரு புதிய முயற்சி எவ்வாறு நமக்கும் நமது சமுதாயத்திற்கும் பயனுடையதாக மாறியிருக்கிறது என்பதை புரிந்து கொள்ள முடிகிறது. நமது மாணவர்களும் இதைத்தான் கற்பனை செய்திருக்கிறார்கள் என்று நினைத்தபோது பெருமையாக இருந்தது. வாய்ப்பு கிடைத்தால் நமது மாணவர்களும் இது போன்ற குறுங்காடுகளை எதிர்காலத்தில் உருவாக்குவார்கள் என்ற நம்பிக்கை ஆசிரியருக்குள் எழுந்தது.

அனாலும் தற்போது பாதி கிணறு தாண்டியது போலத்தான் ஆசிரியர் உணர்ந்தார். காடு ஒழுங்கற்றதா? என்று மாணவர்கள் எழுப்பிய கேள்விக்கு இன்னும் பதிலைத் தேட வேண்டும் என்ற சிந்தனை அவருக்குள் மீண்டும் வந்து போனது. நாளிதழை மடித்து வைத்து விட்டு அடுத்த வேலையைப் பார்க்கச் சென்றார்.

சில நாட்கள் கழித்து ஒரு இலக்கிய விழாவில் சுற்றுச்சூழல் ஆர்வலர் தமிழ் மணியை ஆசிரியர் சந்தித்தார். தமிழ் மணியோ புதுச்சேரியின் சுற்றுச்சூழலை அனைத்து வகையிலும் பாதுகாக்க வேண்டும் என்ற கொள்கை உடையவர். அவரிடம் மாணவர்கள் எழுப்பிய கேள்வியை ஆசிரியர் பகிர்ந்து கொண்டார்.

மாணவர்கள் எழுப்பிய கேள்வி மிக நுட்பமானது. முதலில் மாணவர்களுக்கு தனது பாராட்டுகளைத் தெரிவித்து விட்டு பேசலானார் தமிழ்மணி.

காடு என்பது வெளிப்பார்வைக்கு சிக்கலானதாக தெரிந்தாலும் உண்மையில் காடு என்பது தன் எல்லைக்குள் உட்பட்ட அனைத்தையும் தன் நெஞ்சில் வைத்து பாதுகாத்து வளர்த்து வாழ வைக்கிறது. காட்டில் காணப்படும் பலவகை தாவரங்கள்

,விலங்குகள், பறவைகள் மற்றும் நுண்ணுயிர்கள் எல்லாம் ஒன்றை அழித்து ஒன்று வாழும் குணஒழுக்கம் கொண்டவை அல்ல என்பதே! . என்ன நான் சொல்வது மிக ஆச்சரியமாக இருக்கிறதா! என்ற கேள்வியோடு மேலும் பதிலைத்தொடர்ந்தார்.

காட்டில் வாழும் ஒவ்வொரு இனத்திற்கும் அதற்கே உரிய சொந்தமான வாழிடம் மெல்ல மெல்ல உருவாகி விடுகிறது. மற்ற இனங்களோடு இணைந்து படர்ந்து நெருங்ககி வாழ்ந்தாலும் அதனதன் உரிமைப் பகுதியில் அத்து மீறுவதோ தலையிடுவதோ கிடையாது. ஒரே வார்த்தையில் சொல்ல வேண்டுமென்றால், அது ஊடும் பாவும்போன்றது என்ற வாசகமே மிக பொருத்தமாக. வருகிறது.

இன்னும் சொல்லப்போனால், இந்த ஊடும் பாவும் உறவும்கூட தொடர்ந்து இயங்குகையில் மாற்றத்திற்குள்ளாகி தன்னை மேலும் புதுப்பித்துக்கொண்டு மேலும் மேலும் தன்னை தகவமைத்துக் கொண்டு ஒரு உயிர்க் கூட்டமாக செழித்து வளர்கிறது

உங்களின் விளக்கம் உயிரோட்டமாக அற்புதமாக இருக்கிறது. ஏதேனும் ஒரு உதாரணம் மூலம் மேலும் இதை விளக்க முடியுமா?என ஆசிரியர் ஆவலோடு கேட்டார்.

காட்டைப் பற்றி இன்னும் நாம் தெளிவாக புரிந்துகொள்ள வேண்டுமென்றால் பறவைகள், மிருகங்கள் மற்றும் பூச்சியினங்களின் உணவு உண்ணும் வழக்க நெறிகளை முதலில் தெரிந்து கொள்ள வேண்டும். அதாவது காட்டின் தரைப்பகுதியானது மக்கிய இலைகளால் எருவாக மாறும் போது

அதனிடத்தில் புழு பூச்சிகள் அதிகம் உருவாகும். அந்த புழு பூச்சிகளை மட்டுமே உண்டு வாழும் பறவைகள் உண்டு. (காடை கவுதாரி போன்ற தரை வாழ் பறவையினங்கள்) அதேபோல் மரத்தின் இடைமட்டப் பகுதியில் உருவாகும் மரப்பொந்துகள், மரப்பட்டைகளின் இடுக்குகளில் உள்ள புழு பூச்சிகளை மட்டுமே உணவாகக் கொண்டு வாழும் பறவைகள் உண்டு. (மரம்கொத்தி, கொட்டைக்கொத்தி போன்றவை). சில பறவைகள் மரத்தின் தலை மட்டத்தில் அதாவது உச்சானிக்கொம்பில் கூடமைத்து அங்குகிடைக்கும் புழு பூச்சிகள் மற்றும் பழங்களை மட்டுமே உண்டு வாழும் பறவைகள் உண்டு (தூக்கணாங்குருவிகள், இலை நார்களை வைத்து கூடுகட்டும் பறவைகள்). எனவே இப்பறவைகள் ஒன்றுக்கொன்று பகையாகாமல் அதனதன் வாழ்வுரிமையில் குறுக்கிடாமல் தனக்கான இரையைத்தேடி தின்று வாழ்கின்றன.

இது ஒரு உதாரனம்தான். இன்னும் ஆய்வுசெய்தால் பல ஆச்சரியங்கள், உண்மைகள் வெளிவரலாம். இதுதான் காட்டின் உயர்ந்த பண்பு. இப்ப சொல்லுங்கள் காடு ஒழுங்கற்றதா?. காடுகள் நமக்கே பாடம் நடத்துகிறது. ஆனால் நமக்குத்தான் அது புரிவதில்லை. அதனால் தான் காடுகளை அழிக்க மனம் வருகிறது. காடு என்பது மரங்களின் வெறும் கூட்டமல்ல. அது உயிர்களின் பெரும் கூட்டம். அவ்வுயிர்களின் வாழ்க்கையை நாம் பாதுகாத்தால் அது நமது வாழ்க்க்கையைப் பாதுகாக்கும்.

காட்டின் உயிர் சுழற்சிகள் நாம் தலையிட முடியாது. அதன் உயிர் சங்கிலி ஒவ்வொன்றுக்கும் ஒரு கதை உண்டு. ஒரு பிணைப்பு உண்டு. ஒரு இணக்கம் உண்டு.

காட்டிற்கு இணை ஏதும் இல்லை. என தமிழ்மணி நீண்ட விளக்கம் தந்தபோது, அவரின் சுற்றுச்சூழல் ஆர்வம் ஆசிரியருக்கு பிடிபட்டது. காடென்பது ஒரு உயிர் ஜீவன். அதன் ஒரு சிறு பகுதியை அழித்தாலும் ,அது நமக்கு நாமே ஏற்படுத்திக் கொள்ளும் அழிவு என்பது மட்டும் தெளிவாக விளங்கியது. காட்டைப் பாதுகாத்தே ஆக வேண்டும். நம்மால் முடிந்த அளவிற்கு சிறு காடுகளை மரம் தங்கசாமி போல நாம் உருவாக்க வேண்டும் என்ற எண்ணம் ஆசிரியர் மனதில் வலிமையாக எழுந்தது.

மாணவர்களுக்கு இதை எளிதாக உணர வைக்கமுடியும் என்ற நம்பிக்கை உங்களால் எனக்கு உண்டானது என தமிழ்மணிக்கு நன்றி சொன்னார் ஆசிரியர். உங்கள் சுற்றுச்சூழல் பாதுகாப்பு இயக்கத்திற்கு எனது ஆதரவு எப்பொழுதும் உண்டு என ஆசிரியர் அவரிடம் கூறி விடைபெற்றார்.

7

தத்துவம் என்பது...... ?

அன்று வீட்டுப்பாட நோட்டுகளை ஆசிரியர் திருத்திக்கொண்டிருந்தார். எல்லோரும் ஒரே பதிலை எழுதி இருந்தாலும் கையெழுத்துகளின் அசைவுகளில் அவர் மனம் சென்றது. சில மாணவ மாணவியர்களின் கையெழுத்தைப் பார்க்கும் போது மிகவும் விரும்பி ரசிப்பார். ஆனால் அச்சு பிரதிகளைப் பார்க்கும் போது அவருக்கு அப்படி தோன்றுவதில்லை.

அந்த நினைப்பில் அழ்ந்தபடியே அடுத்த நோட்டை எடுத்தார் ஆசிரியர். அது நமது பள்ளிக்கூட நோட்டுப்போல இல்லை. எந்த மாணவனோ இந்த நோட்டை அவசரத்தில் மாற்றி வைத்திருக்க வேண்டும். சரி இந்த மாணவனின் கையெழுத்து எப்படி இருக்கிறது என்று பார்ப்போம் என்று நோட்டை திருப்பினார். கையெழுத்து அவரை ஈர்க்கவில்லை. ஆனால் ஜே .கே தத்துவங்கள் என்று ஒரு பக்கத்தில் எழுதி இருந்தது. அவருக்கு இது ஆச்சரியமாக இருந்தது. அதுவும் தத்துவமா! என்று ஆவலோடு படிக்க ஆரம்பித்தார் ஆசிரியர்.

அதில் ஜே .கே என்ற ஆசிரியர் பாடம் நடத்தும் போது திரும்ப திரும்ப சொல்லும் அறிவுரைகளை எழுதி அதற்கு கீழே அந்த அறிவுரைகளை கிண்டல் செய்து எழுதி இருந்தது. படிக்க படிக்க சுவராசியமாக இருந்தது. மாணவர்கள் எப்படியெல்லாம் சிந்திக்கிறார்கள் என்று நினைத்தபடியே அடுத்த பக்கத்தைத் திருப்பினார் . அதில கதாநாயகர்கள் சொல்லும் சில பஞ்ச் டயலாக் மற்றும் கடி ஜோக்குகளை தத்துவம் போல எழுதி இருந்தது. அடுத்த அடுத்த பக்கங்களில் சினிமா வசனங்கள் துணுக்குகள் பாடல்கள் என்று போய்க்கொண்டிருந்தது .

நோட்டை மூடிவைத்துவிட்டு அடுத்த நோட்டை எடுத்தாலும் தத்துவம் குறித்த பார்வை மாணவர்கள் மத்தியில் என்னவாக இருக்கிறது என்ற சிந்தனையே ஆசிரியர் மனதில் ஓடிக்கொண்டிருந்தது. இந்த நினைப்போடு நோட்டுகளைத் திருத்தி விட்டு அடுத்த வகுப்பிற்கு சென்றார் ஆசிரியர்.

அன்று ஆசிரியர் வீடு வந்து சேர்ந்தாலும் தத்துவம் குறித்த மாணவர்களின் பார்வை பற்றிய சிந்தனையே அவர் மனதில் மீண்டும் மீண்டும் வந்து போனது.

பள்ளிக்கூட பாடத்தில் தத்துவம் என்ற வார்த்தை மருந்துக்கூட பார்வையில் படுவதில்லை. மொழி, அறிவியல், சமூக அறிவியல் என்று பாடங்கள் படித்தாலும் , பொதுவான ஒரு அறிவியல் பார்வையாவது நம் மாணவர்களுக்கு நாம் முன்வைத்ததில்லை. மிகக்கடினமான கணக்குகள் வேதியியல் மற்றும் இயற்பியல் பாடமெல்லாம் நம்மால் நடத்த முடியும்போது சமூகம் குறித்த ஒரு அறிவியல் பார்வையை நம்மால் எளிதாக முன்வைக்க முடியுமே என்ற சிந்தனை வந்து போனது.

கல்லூரி சென்று தத்துவப்பிரிவை எடுக்கும் மாணவர்கள் மட்டுமே தத்துவம் படிப்பார்கள் என்றால் மற்ற மாணவ மாணவியர்களின் அறிவியல் பார்வை என்னவாக இருக்கும்? ஏதோ சமூகம் போகிற போக்கில் வாழ்க்கை நகர்கிறதா! என்ற கேள்வி ஆசிரியருக்கு எழுந்தது.

“ஏங்க டீ வைச்சிருக்கேன்! சூடா இருக்கும்போதே சாப்பிடுங்க!” என்று மனைவி வந்து சொன்னபோதுதான் நிதானத்திற்கு வந்தார் ஆசிரியர்..

சூடாக டீயை சுவைத்தபோது இதமாக இருந்தது. மூச்சு சுகமாக ஏறி இறங்கியது. சரி தத்துவம் குறித்து மாணவ மாணவியரிடம் நேரம் கிடைக்கும்போது பேசி பார்க்கலாம் என்ற யோசனை வந்து போனது. தெளிவிற்கு வந்தவராய் அடுத்த வேலையைப் பார்க்க போனார்.

இயற்பியல்
உயிரியல்
வேதியியல்

ஒருநாள் மாணவ மாணவியரிடம் தத்துவம் குறித்து உரையாட நேரம் கிடைத்தது. தத்துவம் என்றால் என்ன? என்று உரையாடலை ஆரம்பித்து வைத்தார் ஆசிரியர்.

தத்துவமா! அப்படி ஒரு பாடமே இல்லையே சார்! என்று உடனே பதில் வந்தது.

"உங்களுக்கு புரிந்ததை தெரிந்ததை சொன்னா போதும்!" சரியான புரிதலை நோக்கி நாம் இணைந்தே பயணிப்போம்! என்றார் ஆசிரியர்.

சற்று நேரம் மாணவ மாணவியர் ஒருவரை ஒருவர் பார்த்துக்கொண்டனர்.

"என்ன பேசுவது"?! என்று கையாலே சைகை செய்துகொண்டனர்.

"எல்லாம் நம்ம தலைவிதிபடிதான் நடக்கும்! என்று எங்க அம்மா அடிக்கடி சொல்வாங்க சார் ! "என்றான் ஒரு மாணவன்.

"எல்லாம் தலைவிதிபடிதான் நடக்குமுன்னா, உங்க அம்மா ஏண்டா உன்ன படிக்க பள்ளிக்கூடம் அனுப்புனாங்க!" என்று எதிர் கேள்வி கேட்டாள் ஒரு மாணவி.

சபாஷ்! இதைத்தான் எதிர்பார்த்தேன்! விருப்பு வெறுப்பு இல்லாமல் தொடர்ந்து பேசுங்கள் ! என்று மாணவர்களை உற்சாகப்படுத்தினார் ஆசிரியர்.

எங்க தாத்தாவிற்கு சந்தோழம் வந்து விட்டால் காதல் பாட்டெல்லாம் பாடுவார் சார்! அதுபோல சோகம் வந்துவிட்டால் ,"போனால் போகட்டும் போடா!" என்று தத்துவபாட்டெல்லாம் பாட அரம்பிச்சிடுவார் சார்! என்றான் இன்னொரு மாணவன்.

நமது வாழ்க்கையில் எதிர்பாராத சம்பவங்கள் நடக்கும் போது ,சே! என்ன வாழ்க்கை இது ! என்று நாம் சோர்ந்து போவதுண்டு! அப்ப மனசு லேசா வலிக்க ஆரம்பிக்கும். அந்த வலிக்கு இதமா பதமா ஒத்தடம் கொடுக்கிற மாதிரி நல்ல இசையோடு பாடல்கள் நம் காதுகளில் விழும்போது பெரிய ஆறுதலாக இருக்கும். இதெல்லாம் அந்த நேரத்திற்கு மட்டுமே ஆறுதலைத் தரும். அதில தவறு இல்லை. சில பேருக்கு அது மிகப்பெரிய ஆறுதலாகக்கூட அமைந்துவிடும்.

ஆனால் நான் சொல்ல வருவது என்ன வென்றால், இதுவெல்லாம் தத்துவமாகிவிடாது! என்றார் ஆசிரியர்.

அப்பிடின்னா வேற எது தத்துவமாம்?! என்று கிண்டலாக ஒரு மாணவன் வேகமாக கேட்டான்.

உடனே ஆசிரியரும் எழுந்து கொண்டார்! அவசரப்பட வேண்டாம்! அமருங்கள். இன்னும் நாம தத்துவப் பாடத்தை ஆரம்பிக்கவே இல்லை! சரி உங்களுக்கு ஒரு வரி தருகிறேன் அதிலிருந்து தொடங்குங்கள்! என்று கரும்பலகையில் ஒரு வரியை எழுதினார் ஆசிரியர்.

‘தத்துவம் என்றால் உண்மை! அதாவது உண்மையை அறிவதே தத்துவம்!”

இப்ப இந்த வழியில் உங்கள் சிந்தனையை தொடருங்கள் என்றார் ஆசிரியர்.

எந்த உண்மையை அறிவது சார்? ஒண்ணுமே புரியலை ! என்றாள் ஒரு மாணவி

இந்த இயற்கையின் இந்த பிரபஞ்சத்தின் உண்மை விதிகளை அறிய முற்படுவது! என்று வைத்துக்கொள்! என்றார் ஆசிரியர்.

அதுதான் நாம இயற்பியல், வேதியியல், உயிரியல் என்று படிக்கிறோமே சார்! என்றான் ஒரு மாணவன்.

வெரிகுட்! உங்கள் சிந்தனை சரியான வழியில்தான் செல்கிறது! தொடருங்கள் என்றார் ஆசிரியர்.

ஒரு மாணவி சற்று தயக்கத்துடன் எழுந்தாள். சார்! நான் ஒரு படம் வரைந்திருக்கிறேன் அது சரியா! என்று பாருங்கள் என்றாள்.

ஆசிரியர் அந்த வரைபடத்தை ஆவலாய் பார்த்தார். வியந்து போனார். மாணவர்கள் சரியாகவே சிந்திகிறார்கள் என்று கூறியபடியே அந்த வரைபடத்தை அனைவருக்கும் காட்டினார். மாணவ மாணவியர் ஆவலோடு பார்த்தனர்.

அந்த வரைபடத்தில் ஒரு முக்கோணம் வரையப்படிருந்தது. அந்த முக்கோணத்தின் மூன்று முனைகளிலும் இயற்பியல், வேதியியல், உயிரியல் என்று எழுதியிருந்தது. அந்த முக்கோணத்தின் நடுவில் அறிவியல் என்று எழுதியிருந்தது. அதுமட்டுமல்ல அந்த முக்கோணதின் அடிப்பகுதியின் கீழே அறிவியல் = தத்துவமா? என்று ஒரு கேள்வியோடு அந்த வரைபடம் அழகாக வரையப்பட்டிருந்தது.

இந்த வரைபடத்தில் அப்படி என்ன இருக்கிறது? ஏதோ புரிந்த மாதிரி இருக்கிறது! ஆனால் சற்று புரியாத மாதிரியும் இருக்கிறது! என்று மாணவர்கள் தமக்குள் பார்த்துக்கொண்டனர்.

ஆசிரியர் மாணவர்களின் அருகில் வந்து ஆசையாய் ஆவலாய் பேச ஆரம்பித்தார்.

“உண்மையில் தத்துவம் என்பது அறிவியல் விதிகளை உள்ளடக்கியதுதான்! இதைத்தான் நான் சொல்ல வந்தேன். இதை மிக அருமையாக இந்த மாணவி வரைந்து காட்டிவிட்டாள். எனக்கு மிகவும் மகிழ்ச்சி!” என்று ஆசிரியர் நெகிழ்ந்துபோனார்.

தத்துவம் என்றால் மனித வாழ்க்கைக்கான வெறும் அறிவுரை என்றும், சோகத்தில் இருக்கும் போது ஆறுதலாக வருவது என்றும் நினைத்துக்கொண்டுள்ளனர். அப்படியல்ல! . உண்மையில் தத்துவம் என்பது அறிவியல் விதிகளை உள்ளடக்கியதுதான்.

ஆனால் இந்த அறிவியல் விதிகளையெல்லாம் நாம் தனித்தனியாக படிக்கிறோம். அதுமட்டுமல்ல பல பிரிவுகள் அறிவியல் வளர்ச்சியால் உருவாகிக்கொண்டே இருக்கின்றன. அவை இன்னும் இன்னும் விரிவடைந்துகொண்டே செல்கின்றன. இவற்றையெல்லாம் ஒன்றிணைக்கிற ஒரு அறிவியல் பார்வை அவசியம் தேவை இல்லையா!

இந்த அறிவியல் விதிகளில் உள்ள பொதுப்பார்வை என்னவாக இருக்கும் என்று நமது முன்னோர்கள் ஆராய்ந்தார்கள். இது இன்று நேற்றல்ல! இந்த பிரபஞ்சத்தை மனிதன் அறிந்தகொள்ள முயன்ற ஆரம்ப நாட்களில் இருந்தே, இந்த ஆய்வு தொடங்கி விட்டது. அந்த ஆய்வின் தொடர்ச்சிதான் உலகப்பார்வையாக தத்துவமாக வளர்ந்து வந்துதுள்ளது. இதை நாம் சரியாக தெரிந்துகொள்ள வேண்டும் என்று விரிவாக எடுத்து சொல்லிவிட்டு ,சற்று நேரம் அமைதி காத்தார் ஆசிரியர்.

தத்துவமுன்னா இவ்வளவு அறிவியல் இருக்கிறதா சார்! தத்துவம் என்றால் ஏதோ புரியாத புதிர்! என்று

இத்தனை நாள் நினைத்திருந்தேன். இப்பதான் கொஞ்சம் புரிய ஆரம்பிக்குது சார்! இன்னும் இதை எளிமையாக சொல்ல முடியுமா சார்! என்றார் ஒரு மாணவன்.

சரி சொல்கிறேன்! இப்ப அந்த மாணவி ஒரு முக்கோணம் வரைந்தாள் இல்லையா! இப்ப நானும் ஒரு முக்கோணம் வரைகிறேன் பாருங்கள்! என்று ஆசிரியர் ஒரு முக்கோணம் வரைய ஆரம்பித்தார்.

அந்த முக்கோணத்தின் ஒரு முனையில் இயற்கை என்று எழுதி இருந்தது. இன்னொரு முனையில் சிந்தனை என்று எழுதி இருந்தது.அடுத்த முனையில் சமுதாயம் என்று எழுதியிருந்தது. ஒன்றையொன்றை தொடர்ந்து இயங்குவது போல அம்புக்குறியை அந்த முக்கோணத்தைச் சுற்றி வரைந்திருந்தார் ஆசிரியர்.

இந்த முக்கோணம் என்ன சொல்கிறது ? என்று மாணவர்களைப் பார்த்துக் கேட்டார்.

இயற்கை, சிந்தனை, சமுதாயம் என்ற இந்த மூன்றிற்கும் ஒரு தொடர்பு இருப்பது போல தோன்றுகிறது சார் என்றனர் மாணவர்கள்.

சரியாக சொன்னீர்கள்! என்று ஆசிரியர் மேலும் பேச ஆரம்பித்தார்.

அதாவது மனிதன் இயற்கையைப்பற்றி சிந்திக்க வேண்டிய கட்டாயத்தில் இருக்கிறான். இல்லையென்றால் புயல், வெள்ளம், மழை, பனி, பூகம்பம் மற்றும் பருவகாலங்கள் போன்ற வற்றால் மனிதன் வாழ்வதே சவாலாகிவிடும். அதுமட்டுமல்ல நுண்ணுயிரிகளான பாக்டீரியா, வைரஸ் போன்ற தொற்றுகலால் மனிதன் நோய்வாய்ப்படுகிறான். எனவே இயற்கையை சிந்திக்க ஆரம்பித்து அதன் விதிகளை தெரிந்துகொள்வதால்

மனித சமுதாயம் வளர்ச்சி அடைகிறது. மீண்டும் வளர்ச்சி தடைபடும்போது மீண்டும் இயற்கை விதிகளை கண்டுபிடிக்க வேண்டிய தேவை எழுகிறது. இதனால் சமுதாயம் மேலும் வளர்ச்சியை நோக்கிச் செல்கிறது. இப்படி இந்த முக்கோணம் சமுதாய வளர்ச்சியின் சுழற்சியை சுட்டிக் காண்பிக்கிறது.

என்ன மாணவர்களே! இப்ப இந்த முக்கோணம் எதைக் காட்டுகிறது என்று தெளிவாக தெரிகிறது அல்லவா! என்றார் ஆசிரியர்.

அப்ப இந்த முக்கோணம்தான் தத்துவமா சார்? என்றாள் ஒரு மாணவி.

ஒருவகையில் இந்த முக்கோணம்தான் தத்துவம் என்று சொல்லலாம். ஆனால் முழுமையாக தெரிந்துகொள்ள இன்னும் அதிக தூரம் சென்றாக வேண்டும் என்றார் ஆசிரியர்.

அப்ப இயற்கையை அறிய முற்பட்டதுதான் தத்துவமா சார்! ஒரு மாணவன் எழுந்து கேட்டான்.

சரியாய் சொன்னாய்! இயற்கையை அறிய முற்பட்டதிலிருந்தே தத்துவம் தொடங்கியது என்பது சரிதான். ஆனால் பின்னால் இயற்கையை புரிந்துகொள்ள மனிதனின் முயற்சி தொடர தொடர ஒவ்வொன்றைப்பற்றியும் தனித்தனியாக ஆராய வேண்டிய கட்டாயம் ஏற்பட்டது. இதனால் பல அறிவியல் துறைகள் உருவாக வேண்டியது அவசியமாகிவிட்டது. இதையே நாம் தற்போது அறிவியல் என்று அழைக்கிறோம். இப்பொழுது தத்துவம் தனியாகவும் அறிவியல் இன்னும் பல பிரிவுகளாகவும் வளர்ந்து வளர்கிறது என்றார் ஆசிரியர்.

தத்துவமும் அறிவியலும் தனித்தனியாக பிரிந்துபோய்விட்டது. அப்ப தத்துவம் மட்டும் வளரவே இல்லையா சார் என்றாள் ஒரு மாணவி!.

அப்படி இல்லை! அறிவியல் வளர வளர தத்துவமும் சேர்ந்தே வளர்ந்து வந்துள்ளது. உண்மையில் அறிவியல் வளர்ச்சியே தத்துவம் வளர உதவியுள்ளது எனலாம். அதாவது தத்துவத்தையும் அறிவியலையும் ஒன்றை ஒன்றை பிரிக்க முடியாது என்பதுதான் உண்மையாகும்.

எங்களுக்கு இப்பதான் கொஞ்சம் புரிய ஆரம்பிகிறது சார்! இன்னும் நாங்கள் புரிந்துகொள்ள நாம் வாழும் நடைமுறையை வைத்து சொன்னால் இன்னும் நல்லா புரியும்போல தெரிகிறது சார்! என்றான் ஒரு மாணவன்.

இந்த மனித வாழ்வானது தொடர்ந்து இயங்க வேண்டும் என்று பார்த்தோமல்லவா! ஆனால் ஒரே வாழ்வைத்தான் அனைவரும் திரும்ப திரும்ப வாழ்வது போன்ற தோற்றம் எல்லா எளிய மனிதர்களுக்கும் தோன்றுமல்லவா! அதே நேரத்தில் மனித வாழ்வானது அனைவருக்கும் ஏன் சமமானதாக இருக்கவில்லை. இந்த ஏழ்மை ஏன் இன்னும் தொடர்கிறது என்ற பல கேள்விகள் நம் முன்னே தடையாக நிற்கிறது அல்லவா! இதெல்லாம் ஏன்! இந்த நிலமை எப்ப மாறும் ! என்று அடுக்கடுக்கான கேள்விகள் நம்மில் பலருக்கும் தோன்றுகிறது அல்லவா! இதை சரி செய்ய ஒரு அறிவியல் பார்வை! அதுவும் ஒரு உலகப்பார்வையாக நமக்கு தேவைபடுகிறது அல்லவா! இந்த உயர்ந்த பார்வையைத் தருவதுதான் தத்துவம் என்று சொல்கிறார்கள் என்று விரிவாக எடுத்துச் சொன்னார் ஆசிரியர்.

ஒரு அட்டையை காண்பித்தபடியே ஒரு மாணவன் எழுந்தான். அதில் ஜீரோ மார்க் போடப்படிருந்தது.

என்ன! நான் நடத்துவது உனக்கு புரியவில்லையா! எனக்குத்தானே ஜீரோ மார்க் போட்டிருக்க! என்றார் ஆசிரியர் அமைதியாக.

இல்லை சார் அது நீங்க பாடத்த நடத்த ஆரம்பிக்கும்போது நான் போட்ட மார்க் சார்!

இப்ப நான் போடுற மார்க் என்ன தெரியுமா சார்! நூறுமார்க் சார்! என்று வேறு ஒரு அட்டையை எடுத்துக் காட்டினான் .

சரி! சரி! கிண்டலடித்தது போதும் பாடம் புரிகிறதா இல்லையா? அத முதல்ல சொல்லு என்றார் ஆசிரியர்.

அப்படின்னா உலகே மாயம்! வாழ்வே மாயம்! என்று ஏன் சார் சொன்னாங்க? என்றான் அந்த மாணவன்.

சரியான கேள்வியை நீ கேட்டுவிட்டாய்! உண்மையில் உங்களுக்கு தத்துவப் பாடம் புரிய ஆரம்பித்துவிட்டது. சரி நான் பதிலுக்கு வருகிறேன் என்று ஆசிரியர் மேலும் பேச ஆரம்பித்தார்.

அந்த காலகட்டத்தில் அவர்களுக்கு கிடைத்த ஞானத்தை வைத்து இப்படியெல்லாம் சிந்தித்தார்கள். அதாவது வாழ்வே மாயம்! உலகே மாயம்! என்பதில் ஒரு சமூகப்பார்வை இருக்கிறது . வாழ்வை வெறுத்து ஒதுங்கச் சொல்வதுதான் அந்த சமூகப்பார்வை. இந்த சிந்தனை அந்த காலகட்ட சமுகத்தை முன்னேற்ற உதவியதா! என்பதுதான் முக்கியம் . அதுமட்டுமல்ல

இந்த சமூகம் ஏற்றத் தாழ்வோடுதான் வளர்ந்து வந்திருக்கிறது. ஆகவே ஏழை எளிய மக்களை கைவிடாத தத்துவம் எது என்பதும் மிக முக்கியம். நமக்கு அறியியல் வழியிலான தத்துவப்பார்வை இல்லையென்றால் , யார் எதை முன்வைத்தாலும் எல்லாம் சரிதான் போல எண்ணத்தோன்றும். இது நம் முன்னேற்றத்திற்கு உதவுமா? என்று சொல்லியடியே மாணவர்களை பார்த்தார்.

நீங்க சொல்வது புரிகிறது சார்! ஆனால் இதை சரி என்று சொல்பவர்களும் இருப்பார்கள்! தவறு என்று சொல்பவர்களும் இருப்பார்கள் அல்லவா! அப்ப சண்டைதானே வரும். என்றான் ஒரு மாணவன்.

இப்படி குழப்பம் ஏற்படும்போது எது சரி! எது தவறு! என்று மனம் குழம்பும். இதற்குத்தான் யார் எதை சொன்னாலும், அதற்கு அறிவியல் அடிப்படை இருக்கிறதா என்று ஆராய வேண்டும். அப்படி இல்லையென்றால் அந்த தத்துவதில் எதோ குறை இருக்கிறது என்று அர்த்தம். அதை ஆராய்ந்து உங்கள் பார்வை தவறு என்று சுட்டிக்காட்டவும் தயங்கக்கூடாது.

அப்புறம் சண்டை என்பதை நான் கருத்து மோதல் என்று எடுத்துக்கொள்கிறேன். இந்த கருத்து மோதல்கள் முதலில் சிந்தனை உருவான காலகட்டத்திலேயே உருவாகி இருக்கும் அல்லவா! இதை கண்டு நாம் பயப்படக்கூடாது. அப்படி பயந்தால் நல்ல சிந்தனை வளர்ந்தே இருக்காது அல்லவா! . இன்றைய சமுகமும் வளர்சியடைந்து இருக்காது அல்லவா! "திமிங்கலம் இல்லாத கடலில் பயணம் செய்யாதே"! என்று ஒரு அறிஞர் சொல்வதை உங்களுக்கு பதிலாக நான் முன் வைக்கிறேன் என்றார் ஆசிரியர்.

இந்த தத்துவமெல்லாம் கேட்க நல்லாயிருக்கும் ஆனால் இதெல்லாம் நமக்கு ஒத்து வராது சார்! என்றான் ஒரு மாணவன்.

இப்படி மனசுல பட்டதை சொன்னதற்கு நன்றி!.

"மரம் சும்மா இருந்தாலும் காற்று அதை சும்மா விடுவதில்லை" என்று ஒரு வாசகம் உண்டு. இதன் கருத்து என்ன? நீங்கள் எந்த தத்துவத்தையும் சாராமல் இருந்தாலும் நீங்களும் வாழ்ந்தாக வேண்டுமல்லவா! சமுகத்தில் நடக்கும் எல்லாமும் உங்களையும் பாதிக்கவே செய்யும். இதிலிருந்து நாம் தப்பிக்க முடியாது என்றார் ஆசிரியர்.

அப்ப இந்த உலகத்தை இந்த சமுகத்தை புரியாமல் நாம் வாழ முடியாது என்பது புரிகிறது சார். இதை நாங்க மற்றவர்களுக்கு எப்படி சார் எடுத்து சொல்வது? என்றாள் ஒரு மாணவி.

உணர்வு என்பது யாது? அது உடல் நலம் சார்ந்தது அல்லவா! அப்ப நாம உயிர்வாழ வேண்டுமென்றால் நமக்கு உணவு வேண்டுமல்லவா! உணவு வேண்டுமென்றால் நிலமும் நீரும் வேண்டுமல்லவா! அப்ப நிலமும் நீரும் இயற்கை அல்லவா! இயற்கையின் விதிகளை அறியாமல் நாம் வாழ முடியுமா! இயற்கையை அறிவதே தத்துவத்தின் முதல் படி என்று நான் ஆரம்பத்தில் சொன்னது ஞாபகம் வருகிறதா? என்றார் ஆசிரியர்.

அப்ப நம்ம வாழ்வையும் தத்துவத்தையும் பிரிக்கமுடியாது என்பது தெளிவாக தெரிகிறது சார்.! எனக்கு இன்னும் ஒரு சந்தேகம் சார்! விஞ்ஞானிகளுக்கு இந்த தத்துவமெல்லாம் தெரியுமா சார்! என்றாள் ஒரு மாணவி.

வேதியியலை ஆய்வு செய்பவர் வேதியியல் விஞ்ஞானி, உயிரியலை ஆய்வு செய்பவர் உயிரியல் விஞ்ஞானி இப்படி போய்க்கிட்டே இருக்கும். அவரவர் துறைசார்ந்து ஞானத்தோடு இருப்பார்கள். ஆனால் தத்துவம் படித்திருப்பார்கள் என்பது நிச்சயம் கிடையாது. ஆனால் சமுக அக்கரை உள்ள விஞ்ஞானிகளும் இருக்கிறார்கள்.

ஆல்பர்ட் ஐன்ஸ்டினை உங்களுக்குத் தெரியும்தானே! அவர் சொன்னதை நீங்கள் அவசியம் தெரிந்துகொள்ள வேண்டும்.

“எனது அக வாழ்க்கையும் புற வாழ்க்கையும் தற்போது கண்ணெதிரே வாழ்ந்து கொண்டிருக்கிற மற்றும் வாழ்ந்து மறைந்துவிட்ட எண்ணற்ற மனிதர்களின் உழைப்பையே சார்ந்துள்ளது. இதனை ஒவ்வொரு நாளும் தினமும் நான் எனக்கு நினைவு படுத்திக்கொள்கிறேன். அவ்வாறு நான் பெற்றுள்ள தொடர்ந்து பெற்றுக்கொண்டிருக்கிற அனைத்தையும் மனதிற்கொண்டு அதே அளவில் நானும் மானுடத்திற்கு அளிக்க வேண்டும் அல்லவா! அதற்காக உழைக்க வேண்டும் அல்லவா! இப்படி ஒவ்வொரு நாளும் எனக்கு நானே நினைவுபடுத்தி கேட்டுக்கொண்டே இருகிறேன்”.

இது இந்த அணு விஞ்ஞானியின் சமுக அக்கரை மட்டுமல்ல , இதில் எனக்கு பிடித்தது இநத சமுகப்பார்வைதான்! இந்த சமுகப்பார்வைதான் நமக்கு வேண்டும். இதைத்தான் நமது தத்துவ ஞானிகளும் அறிவியல் ரீதியாக நிருபித்துள்ளார்கள். இந்த சமுகப்பார்வை நமக்கு வேண்டாமா! என்றார் ஆசிரியர்.

தத்துவமெல்லாம் புரியாது என்று நினைத்திருந்தேன் சார்!. அது புரியும் என்பது மட்டுமல்ல , அது பலிக்கும்! கண்டிப்பாக நிறைவேறும்! என்றும் நான் தெரிந்துகொண்டேன் சார் என்றாள் ஒரு மாணவி.

அப்ப தத்துவம் என்றால் என்னவென்று அனைவரும் சேர்ந்து சொல்லுங்கள்! பார்க்கலாம் என்றார் ஆசிரியர்.

"எதை நடைமுறைப்படுத்த முடியுமோ, அது மட்டுமே தத்துவமாக இருக்கமுடியும் சார்" என்று அனைத்து மாணவர்களும் ஒரே குரலில் கத்தினார்கள்.

சபாஷ்! தத்துவமே நடைமுறையாகிறது என்றுதான் நான் புரிந்துவைத்திருந்தேன். ஆனால் நீங்கள் ஒரு படி மேலே சென்று "எதை நடைமுறைப்படுத்த முடியுமோ, அது மட்டுமே தத்துவமாக இருக்கமுடியும்" என்று எனக்கே பாடம் நடத்திவிட்டீர்கள் உங்களுக்கு வாழ்த்துகள் என்று ஆசிரியர் விடை பெற்றார்.

8

மீன்கள் எதைச் சாப்பிடுகின்றன?

கடற்கரைக்குச் செல்வதென்றால் உடனே உற்சாகமாகிவிடுவாள். அவரின் அப்பாதான் அருகில் உள்ள கடற்கரைக்கு அடிக்கடி அழைத்துச் செல்வார் கடல் அலையோடு எச்சரிக்கையாய் அப்பாவின் துணையோடு ஆசை தீரும்மட்டும் விளையாடி மகிழ்வாள். காலில் ஒட்டிய மணல் துகள்களைக் கூட தட்ட மனமில்லாமல் அப்படியே ஈரத்தோடு நடப்பாள். அவளின் அப்பா கரைக்கு வரும் படகுகளைப் பார்த்த வண்ணமிருப்பார்.

ஒவ்வொரு படகிலும் மீனவர்கள் வலையில் சிக்கிய மீனோடு கரைக்குத் திரும்புவார்கள். அவளுக்கோ வலையில் சிக்கிய மீன்களைவிட, யாரும் கவனிக்காத சிப்பிகள், கிளிஞ்சல்கள் போன்ற சின்னச் சின்ன உயிர்ப்பொருட்களின் மீதுதான் கண் போகும். மீனவர்கள் வலையில் சிக்கிய மீன்களை எடுத்து கூடையில் அடுக்குவதிலேயே குறியாய் இருப்பார்கள். இந்த கடல் சிப்பிகள் போன்ற இதர உயிர்ப்பொருட்களை எடுத்து கீழேப் போட்டு விடுவார்கள்.

ஈரத்தோடு இருக்கின்ற கிளிஞ்சல்கள், சின்ன சங்குகள், சிப்பிகள், சோழிகள், நட்சத்திரமீன்கள் போன்றவற்றை எச்சரிக்கையோடு பார்த்துக்கொண்டிருப்பாள். அவசரபடாதம்மா! சிலது கையைக் கிழிச்சிடும், சிலது விஷத்தன்மை உடையதாகக் கூட இருக்கலாம் என அவளின் அப்பா எச்சரித்துக்கொண்டே இருப்பார். அவள் தயாராய் எடுத்து வந்திருந்த டப்பாவின் மேல் மூடியால் ஒவ்வொன்றாய் கவனமாக எடுத்து பெரிய டப்பாவில் போடுவதிலேயே குறியாய் இருந்தாள்.

வலையில் சிக்கிய இந்த சின்ன உயிர்ப் பொருட்கள் கரைக்கு வரும்போது பெரும்பாலும் இறந்துபோய்தான் கிடக்கும். இவளோ அந்த சிப்பிகளைத் தொட்டுப்பார்த்தாள். அதன் அழகில் சொக்கிப்போனாள். அப்போதுதான் கவனித்தாள் ,அதன் வாய்களில் பாசிப்படிந்ததைப் போன்ற அழுக்குத் துகள்களை. ஒருவேளை இதைத்தான் இந்த சிப்பிகள் உணவாக உண்ணுமோ என அவளுக்குள் அடிக்கடிக் கேட்டுக்கொள்வாள்

அவளின் தந்தை மீன்களை விலைபேசி வாங்குவதிலேயே குறியாய் இருந்தார். ஒருவழியாக

மீன்களை வாங்கிவிட்டார். புதுமீன்களை வாங்குவதில் அவருக்கு சந்தோஷம். மீன்குழம்பு சுவையாக இருக்கும் என்பார்.

சரி வீட்டிற்கு போகலாம் வா! என அவளின் அப்பா அழைக்க சைக்கிளில் கிளம்மினார்கள்.

அப்பா எனக்கொரு சந்தேகம், "இந்த மீன்கள், சிப்பிகள் எல்லாம் எதைச் சாப்பிடும்?" என்று ஆவலோடு கேட்டாள். இது என்ன கேள்வி! "கடல்ல கிடைக்கிறதைச் சாப்பிடும். ஒரு மீனு இன்னொரு மீனைச் சாப்பிடும். எதுக்கு இதெல்லாம் உனக்கு, போய் ஒழுங்கா தேர்வுக்கு படி!" என்று அவளை அதட்டினார். அவளுக்கோ இந்த பதிலில் திருப்தி இல்லை. யாரைக் கேட்பது என சிந்தித்தப்படியே இருந்தாள்.

வீட்டிற்கு வந்து தேர்வுக்கு படித்தாலும், இந்த கேள்வியே மீண்டும் மீண்டும் வந்துகொண்டே இருந்தது. மறுநாள் அறிவியல் ஆசிரியர் பாடம் நடத்தும்போது இந்த கேள்வியைக் கேட்டுவிட்டாள். அவர் பாடத்தை முடித்து விட்டு வந்தார். நல்ல கேள்வி கேட்டாய்! கடலில் நிறைய உயிரினங்கள் வாழ்கின்றன. அளவில் பெரிய உயிரினங்கள் சிரிய உயிரினங்களை உண்டு வாழ்கின்றன. இப்படியாக இந்த உணவு சங்கிலி தொடர் கதையாக இருக்கும். என்று ஆசிரியர் கூற ,அவளும் சரி சார் என்றபடி ஆசிரியருக்கு நன்றி சொல்லிவிட்டு வகுப்பு பாடத்தை படிக்க ஆரம்பித்தாள்.

ஏதோ கொஞ்சம் நெருக்கமான பதிலைச் சொல்லிவிட்டோம். இன்னும் அறிவியல் ரீதியாக சரியான பதிலை தேடவேண்டுமென ஆசிரியர் தனக்குள் சொல்லிக்கொண்டார்.

வீட்டிற்கு வந்ததும் சாய்வு நாற்காளியில் ஓய்வுக்காக அமர்ந்தார். எதிரே இருந்த மீன் தொட்டியில் கவனம் சென்றது. மீன்கள் அழகாய் நீந்திக்கொண்டிருந்தன . தொட்டியின் அடியில் பாசி, புற்கள் சின்ன சின்ன தாவரங்கள் அசைந்தபடியே இருந்தன. நீளமும் வெள்ளையுமாய் உட்புறம் ஜொலித்தன .ஆனாலும் மீன்கள் எதைச் சாப்பிடும்? என அந்த மாணவி எழுப்பிய கேள்வியே அவர் மனதில் மீண்டும் மீண்டும் வந்து போனது.

அப்பொழுதுதான் ஆசிரியரின் மகள் சுவேதா ஒரு டப்பாவோடு வந்தாள். அதிலிருந்து எதையோ எடுத்து மீன் தொட்டியில் தூவினாள். மெல்ல மெல்ல அந்த உணவு உருண்டைகள் நீரில் மிதந்து உள்ளே இறங்கிக் கொண்டிருந்தன. உடனே மீன்கள் வேகமாக வந்து அந்த உணவு உருண்டையை விழுங்கத் தொடங்கின. உணவை விழுங்கிய படியே மீன்கள் மகிழ்ச்சியாய் நீந்திக்கொண்டிருந்தன.

மீன்களுக்கு எதை உணவாய் கொடுக்கிறாய்?. அதில் என்ன கலந்திருக்கிறது? என ஆவலோடு தன் மகளிடம் கேட்டார்.மண்புழுக்கள், மாமிசக் கழிவுகள் போன்றவற்றை நன்கு உலர்த்தி அதோடு கோதுமை தவிடு சேர்த்து அரைத்து பாக்கெட்டில் வைத்து கொடுக்கிறார்கள். இதையே உணவாக மீன்களுக்கு நான் தருகிறேன்.

சரி சரி அப்படியென்றால் கடலில் உள்ள மீன்கள் எதை உண்ணுகின்றன? என மேலும் கேட்டார்.

. “கடலின் மேற்பரப்பில் கண்ணுக்கு புலப்படாத சின்னஞ்சிறு செடிகள், நீர்வாழ் பாசிகள், பூண்டுகள், நீரில் பிறக்கும் ஓரணுவுயிர்கள் போன்றவை நன்கு

செழித்து வளரும். இவையே மீன் குஞ்சிகளுக்கு ஊட்டமிகு உணவாகும். ஆனால் இவற்றை வெறும் கண்ணால் பார்க்க முடியாது. இந்த சின்னஞ்சிரிய தாவரங்கள் சூரிய ஒளியைக் கிரகித்து வளர்கின்றன. இவற்றையே மீன்கள் உண்ணுகின்றன. மேலும் சிறிய மீன்களை பெரிய மீன்கள் உண்டு வாழ்கின்றன. இப்படி இந்த உணவு சங்கிலி போய்க்கொண்டே இருக்கும்" என ஒரு நீண்ட விளக்கத்தை அவள் கூறினாள்.

ஆசிரியருக்கோ இது மிகவும் ஆச்சரியமாக இருந்தது. நிலப்பரப்பில் கண்ணுக்கு தெரிகின்ற காடுகள் உள்ளது போல, கடலில் கண்ணுக்குத் தெரியாத இந்த தாவரங்கள் காடுகள் போல உருவாகி உள்ளதோ என எண்ணத் தோன்றியது.

அவரின் மகள் ஏதோ விளையாட்டாய் மீன் தொட்டி வைத்து பொழுது போக்குகிறாள் என ஆசிரியர் நினைத்தது தவறாகிப்போனது. மேலும் ஏதாவது சந்தேகமா? என்பது போல் தன் தந்தையைப் பார்த்தாள் சுவேதா

ஆசிரியருக்கோ விடை கிடைத்ததைப் போல் இருந்தாலும், மேலும் ஒரு கேள்வியை தன் மகளிடம் கேட்க வேண்டும் போல இருந்தது.

மீன் தொட்டியில் காற்றுக் குமிழ்கள் எங்கிருந்து வருகின்றன; அது எதற்காக? என பட்டென கேட்டார் ஆசிரியர்.

ஓ! அதுவா என்றபடி சுவேதா பேசலானாள்.

மீன்கள் வாழ்வதற்கு உணவு மட்டும் போதாது, காற்றும் வேண்டுமல்லவா? அதாவது ஆக்சிஜன் வேண்டுமல்லவா? அதற்காக ஒரு சிரிய மோட்டார் மூலம் காற்று உள்ளே செலுத்தபடுகிறது.

அதோடு மீன்தொட்டியின் அடியில் படியும் உணவு துகள்களும் மீன்களின் கழிவும் தொட்டியை அடைத்துக்கொள்ளாதபடி அதை வெளியேற்றவும் உதவுகிறது. அதோடு மட்டுமல்லாமல் தொட்டியில் ஒரு நீர் சுழற்சியும் நடக்கிறது என்றாள். அவளின் பதிலை அங்கிகரிப்பது போல ஆசிரியர் தலையை ஆட்டினார்.

அப்படி என்றால் கடலில் வாழும் மீன்களுக்கு ஆக்சிஜன் எங்கிருந்து வருகிறது? என மீண்டும் ஒரு கேள்வியை எழுப்பினார்.

அது ஒரு பெரிய கதை. சூரிய ஒளி கடலின் மேல்மட்டத்திலிருந்து சமார் 250 அடி வரை பரவும் என்பது உங்களுக்கு தெரியுமா? இதனால் காற்றில் உள்ள ஆக்சிஜன் கடலின் மேற்பரப்பில் கரைய ஆரம்பிக்கிறது. இதனால் கடலில் உயிரனங்கள் வாழ முடிகிறது என்றாள்.

அப்படியென்றால் கடலின் அடி ஆழம்வரை சில மீன்கள் , உயிரனங்கள் வாழ்வதாக சொல்கிறார்களே! அது எப்படி சாத்தியம் என ஒரு எதிர் கேள்வியை ஆசிரியர் கேட்டார்.

சுவேதா சற்றே யோசித்து பேசலானாள். அதற்கு நீங்கள் கடலின் நீரோட்டங்கள் பற்றி தெரிந்துகொள்ள வேண்டும். அதாவது பூமியின் துருவங்களிலிருந்து கடலில் நீரோட்டங்கள் பாய்கின்றன என்பதை முதலில் கண்டு பிடித்தார்கள். அதோடுமட்டுமல்லாமல், மேற்பரப்பிலிருந்து கடலின் அடி ஆழம் நோக்கியும், அதேபோல கடலின் அடி ஆழத்திலிருந்து மேல் நோக்கியும் நீரோட்டம் பாய்வதாக கண்டுபிடித்தார்கள். இதனால் மேற்பரப்பில் தண்ணீரில் கரைந்த ஆக்சிஜன் கடலின் அடி ஆழம்வரை செல்ல முடிகிறது. கூடவே

உணவு பொருட்களும் பிற கழிவுகளும் மேலிருந்து கீழாகவும், கீழிருந்து மேலாகவும் செல்கின்றன. இந்த கடலின் சுழற்சியே உயிர்கள் தோன்றவும் வளரவும் காரணமாகின்றன என விரிவாக எடுத்துக் கூறினாள்.

ஆசிரியருகோ வியப்பாக இருந்தது. கடல் ஒரு உருளையைப் பொல உள்ளுக்குள் உருளுகிறதா? கடலில் அலை அடிப்பதைப் வெளியிலிருந்து பார்க்கிறோம். உள்ளுக்குள் அலை அடிப்பதை எப்படி புரிந்து கொள்வது! எப்படி இருந்தாலும் உயிர்களின் மிகப்பெரிய கருவரையாக இந்த கடல் காட்சியளிக்கிறதே! இத்தனை நாள் கடலை வெறுமனே பார்த்துவிட்டோமே என உள்ளுக்குள் ஆதங்கப்பட்டார்.

ஆசிரியர் தன் மகளுக்கு நன்றி சொல்லி வாழ்த்தினார். இப்படி எதையும் அறிவியல் ரீதியாக புரிந்து வாழ வேண்டுமென வாழ்த்தினார். சுவேதா உள்ளுக்குள் அகமகிழ்ந்து உள்ளே சென்றாள்.

ஆசிரியருக்கே தனது மாணவி எழுப்பிய கேள்விக்கு மிக விரிவான விடை கிடைத்துவிட்டது. அதே நேரத்தில் கடலைப்பற்றிய புதிய பார்வை அவருக்குள் உருவாகிவிட்டது. இதை தனது மாணவர்களுக்கு அழகாக எடுத்துச்சொல்ல வேண்டுமென தனக்குள் பதிந்து கொண்டார். அதோடு கடல் வெறும் உப்பு நீரல்ல அது உலகின் கருவரையாக சுழன்று கொண்டிருக்கிறது. இதை நாம் அனைவரும் பாதுகாக்க வேண்டும். சுற்றுச்சூழலின் உயிராகப் போற்ற வேண்டும். இதை உணர்வு பூர்வமாக மாணவர்களுக்கு எடுத்துச் சொல்ல இப்பொழுதே தயாராகிவிட்டார் ஆசிரியர்.

9

முதல் மாணவி

அந்த பள்ளியின் ஆண்டுவிழா சிறப்பாக நடந்து கொண்டிருந்தது. ஆடல் பாடல் மற்றும் பல்வேறு திறமைகளை மாணவர்கள் ஒரு கலைவிழாவாக நடத்திக் கொண்டிருந்தார்கள். ஆசிரியர்கள் கலைவிழா சிறப்பாக நடைபெறுவதற்கு உதவிக் கொண்டிருந்தார்கள். பெற்றோர்களும் இதர மாணவர்களும் ஆண்டு விழாவைப் பார்த்து வெகுவாக பாராட்டி ரசித்துக் கொண்டிருந்தார்கள்.

அப்பொழுதுதான் பள்ளியின் முதல்வர் மாணவி நந்தினியை மேடைக்கு வருமாறு அன்போடு அழைத்தார். “வினாடி வினா போட்டியிலும் யோகாப் போட்டியிலும் நமது பள்ளி மாணவி நந்தினி முதலிடத்தைப் பெற்றுள்ளார். அவர்களுக்கு நமது பள்ளியின் சார்பாக முதல் பரிசு வழங்கப்படுகிறது” என்று அறிவித்தார். மேடைக்கு வந்த நந்தினிக்கு பரிசை வழங்கி பாராட்டுத் தெரிவித்தார் முதல்வர்.

சரி! “நீ எப்படி முதல் இடத்திற்கு வந்தாய் என்பதை நமது பள்ளியின் மாணவர்களுக்கும் பெற்றோர்களுக்கும் உனது அனுபவத்தைப் பகிர்ந்துகொள்” என்றார் முதல்வர்.

அனைவரது கவனமும் மாணவி நந்தினியை நோக்கியே இருந்தது. பள்ளியின் முதல்வரை வணங்கிவிட்டு நந்தினி பேசத் தொடங்கினாள்.

நான் இந்த வெற்றியைப் பெறுவதற்கு பள்ளியின் முதல்வர் ஆசிரியர்கள் மற்றும் எனது பெற்றோர்களே காரணமாகும். நான் வினாடி வினா போட்டியில் முதலாவதாக வரக் காரணம் நமது பள்ளியின் நூலகம்தான் என்றால் அது மிகையில்லை.

அந்த நூலகத்தைப் பற்றி நான் கொஞ்சம் பேசியாக வேண்டும்.

இந்த நூலகத்தில் நாங்கள் உறுப்பினராக சேர வேண்டும் என்ற அவசியமில்லை. புத்தகங்கள் கிழிந்து விடும் என்று யாரும் எங்களை அதட்டுவதில்லை. நாங்கள் புத்தகங்களை எளிதாக எடுக்கும் வகையில் அலமாரியின் உயரம் குறைவாக இருக்கும். நாங்கள் எடுக்கும் புத்தகங்களை எப்படி வேண்டுமானாலும் அடுக்கி வைக்கலாம். எந்த கட்டுபாடும் எங்களுக்கு

கிடையாது. இந்த சுதந்திரத்தை எங்கள் பள்ளியின் முதலவர் வழங்கியதாலேயே நாங்கள் நூலகத்தை பயமில்லாமல் பயன்படுத்த முடிந்தது. அதற்காக முதலில் எங்கள் முதல்வருக்கு மீண்டும் நான் நன்றியைத் தெரிவித்துக்கொள்கிறேன்! என்று பேசிய மாணவி பள்ளியின் முதல்வரைப் பார்த்தார். அவர் மிகுந்த மகிழ்ந்த நிலையில் இருந்தார். உடனே மாணவியை மேலும் பேசுமாறு கையால் சைகை செய்தார்.

மாணவி நந்தினி மீண்டும் பேசத் தொடங்கினாள்.

இந்த வினாடி வினா போட்டியில் நாங்கள் தைரியமாக பங்கேற்று வெற்றி பெற முதல் காரணம் எங்கள் பள்ளியின் முதல்வர்தான். முதலில் சிறு சிறு கதைகளைச் சொல்லி எங்கள் ஆர்வத்தை தூண்டினார். பல்வேறு அறிஞர்கள் குழந்தைகளாக இருந்த போது எப்படி இருந்தனர், பின்னர் எப்படி தலைவர்களாக விஞ்ஞானிகளாக மாறினார்கள் என்பதை அழகாக எடுத்துச் சொல்வார். அது எங்களை புதிய உலகத்திற்கு இட்டுச் சென்றது. மேலும் அந்த அறிஞர்களைத் தாண்டி அவர்கள் சாதித்த சாதனைகளில் ஆர்வம் சென்றது. இப்படியாக எங்களுக்கும் நூலகத்திற்குமான உறவு விரிந்து கொண்டே சென்றது.

இதற்கெல்லாம் மேலாக எங்கள் நூலகத்தில் இருந்த புத்தகங்கள் எல்லாம் நாங்கள் எடுத்து எளிதாக படிக்கும் வகையில் சிறியவை. அத்தனை புத்தகங்களும் வண்ணமயமானவை. கண்ணைக் கவரும் வண்ணப் படங்கள் நிறைந்தவை. இவைதான் எங்களுக்கு முதலில் மகிழ்வை தந்தன. எல்லா புத்தகங்களையும் ஒரு முறைக்கு பல முறைப் பார்த்துவிட வேண்டும் என்ற

200

ஆவல் ஒவ்வொருநாளும் அதிகரித்துக் கொண்டே இருந்தது.

எங்கள் ஆசிரியர்களும் ஏதாவது கேள்வி கேட்டு அதற்கு இந்த நூலகத்தில் உள்ள புத்தகங்களில் தேடி விடைகாண தூண்டுவார்கள். இதற்கான விடையைத் தேடும்போது கட்டாயம் நாங்கள் பல புத்தகங்களைப் பிரித்து பார்த்தே ஆக வேண்டும். அறிவியல் செய்திகள், நாட்டு நடப்புகள் கொண்ட அந்த சிறு சிறு புத்தகங்களின் வண்ணப் படங்களைப் பார்த்தே எங்களால் பதில் சொல்ல முடியும்.

அதாவது குடிநீரை கொதிக்க வைத்து குடித்தால் நல்லது என்று அனைவரும் சொல்வார்கள். இது மட்டும் அறிவல்ல! மிக முக்கியமாக எந்த பாக்டீரியா? அதன் பெயரென்ன என்று நாங்கள் தேட வேண்டும். நாங்கள் விடைகளைத் தேடுவோம். ஆனால் யார் விரைவாக விடைகளைத் தேடுகிறார்களோ அவர்களுக்கே மதிப்பெண் வழங்கப்படும். இதன் மூலம் விரைவாகப் பதிலைத் தேடவும் அதே நேரத்தில் "யு-கோலி" என்ற பாக்டீரியாதான் நமது குடிநீரில் பரவி பல்வேறு வயிற்று உபாதைகளை உருவாக்குகிறது என்ற செய்தியை நாங்கள் தெரிந்து கொள்வதோடு, அதை எங்கள் வீட்டில் சொல்லி புரிய வைப்போம். எனது பெற்றோர்களும் அதை கடைபிடிக்க ஆரம்பித்து எங்களைப் பாராட்டத் தொடங்கி விட்டனர். இப்படி பெற்றோர்களின் உற்சாகமும் எங்களோடு சேர்ந்து கொண்டதே எங்களைத் தொடர்ந்து படிக்கத் தூண்டியது என்று மாணவி நந்தினி பேச பேச அனைவரும் அந்த பெண்ணை ஆச்சரியமாக பார்த்தனர்.

நந்தினி நிதானமாக தண்ணீர் பாட்டிலை எடுத்து சிறிது தண்ணீர் குடித்து தன்னை ஆசுவாசப்

படுத்திக்கொண்டாள். இன்னும் அவள் பேசமாட்டாளா! என்று அனைவரும் ஆவலோடு அமைதியாக அவளையே பார்த்துக் கொண்டிருந்தனர்.

சரி! நான் யோகா வகுப்பிற்கு எப்படி போக ஆரம்பித்தேன் தெரியுமா? என்றபடி மீண்டும் பேசத்தொடங்கினாள் நந்தினி.

ஒருநாள் எங்கள் பள்ளிக்கு ஒரு சிறிய லாரி வந்து நின்றது. அதில் பாட புத்தகங்கள், நோட்டு புத்தகங்கள் எல்லாம் நிறைய இருந்தன. அதை லாரியில் இருந்து இறக்கி வைக்க ஆள் இல்லாமல் நின்று கொண்டிருந்தது. இதை கவனித்த எங்கள் கணித ஆசிரியர், சில மாணவர்களை துணைக்கு அழைத்துக்கொண்டு அவரே அதை லாரியில் இருந்து இறக்கி அழகாக அடுக்கி வைத்தார். மற்ற ஆசிரியர்கள் இதை வெறுமனே வேடிக்கைப் பார்த்தனர். கணக்கு ஆசிரியர் வேர்வையை துடைத்தபடி எதற்கும் கவலைப்படாமல் தனது வேலையை சிறப்பாக செய்து முடித்தார். எனக்கு இந்த நிகழ்வு பெரும் ஆச்சரியமாக இருந்தது.

நான் பள்ளி நேரம் முடிந்ததும் கணக்கு ஆசிரியரைச் சந்தித்தேன். “எப்படி சார் உங்களால இப்படி முடியுது! பாடமும் நன்றாக நடத்துறிங்க, இப்படி கடினமான வேலையையும் சுலபமாக செய்யரிங்க” என்று கேட்டேன். உடனே! அவர் மகிழ்ந்து நீயாவது கேட்டியே! என்று என்னை பாராட்டினார்.

நாம் அறிவால் மட்டும் பலமாக இருந்தா போதுமா! கூடவே நமது உடலையும் பலமாக வைத்துக்கொள்ள வேண்டும். நான் யோகா மற்றும் பல உடற்பயிற்சிகளையும் கற்று தேர்ந்து பயிற்சி செய்கிறேன். அதோடு மட்டுமல்ல தினமும் ஏதாவது

ஒரு புத்தகத்தை படித்துவிட்டுத்தான் நான் தூங்கவே செல்வேன் என்று கணித ஆசிரியர் அன்பாக எடுத்துச் சொன்னார். இதுவும் எனது மனதில் ஆழமாக பதிந்து போயிற்று. நம்மாளும் இது முடியுமென்று முயற்சி செய்தேன்.

அதோடு மட்டுமல்ல! எனது தந்தை ஒரு வீடு கட்டும் தொழிலாளி. அவர் ஒவ்வொரு நாளும் அவர் சம்பாதித்த பணத்தை எந்த செலவும் செய்யாமல் எனது அம்மாவிடம் கொடுத்து விடுவார். அந்த பணத்தை எங்க அம்மா வாங்கும்போது அவர் முகத்தில் ஒரு சந்தோஷஒளி தோன்றி மறையும். இதை நான் பலமுறை கவனித்துள்ளேன். அப்பொழுதுதான் நான் நினைத்தேன், நம்மாளும் ஏதாவது ஒரு நல்ல செய்தியை நமது பள்ளியில் கற்றுக்கொண்டு அம்மாவிடம் சொல்ல வேண்டுமென்று முடிவு செய்தேன். அதற்கு நமது பள்ளியின் நூலகமும், நமது பள்ளியின் முதல்வரும் உதவி செய்தனர். இதனால் ஒவ்வொரு நாளும் ஒரு பயனுள்ள செய்தியோடு நான் அம்மாவை சந்திப்பேன். அப்பா பணம் தரும்போது ஏற்படும் மகிழ்ச்சியை விட நான் வந்து ஒரு புதிய செய்தியை சொல்லும் போது அம்மாவின் முகத்தில் அதைவிட பிரகாசமாக ஒளிர்வதை கவனித்தேன். இதுதான் எனக்கு பெரும் மகிழ்வை தந்தது. இது ஒவ்வொரு நாளும் தொடர தொடர என்னை அறியாமல் நான் வகுப்பிலும் நன்றாக படிக்க ஆரம்பித்து விட்டேன். ஆசிரியர் முகத்திலும் அதே மகிழ்ச்சியை நான் கண்டேன். இதனால் இருபதாவது ரேங்கில் இருந்த நான் முதலாவது ரேங்கைப் பிடித்து விட்டேன்.

அதுமட்டுமல்ல நேரத்தை சரியாக திட்டமிட்டு யோக வகுப்பிற்கும் சென்று வந்தேன் எனது

பெற்றோரும் உறவினர்களும் எனக்குத் துணையாக இருந்தார்கள் இதனால்தான் உங்கள் முன்னாள் நான் முதல் மாணவியாக நிற்கிறேன்! என்று சொன்ன போது மாணவர்கள் பெற்றோர்கள் அனைவரும் எழுந்து நின்று கரவொலி எழுப்பினார்கள். கரவொலி அடங்க வெகு நேரமானது.

பள்ளியின் முதல்வர் வந்து நந்தினியைப் பாராட்டி மேடையில் அமர வைத்தார். அவளது பெற்றோர்களையும் அழைத்து மரியாதை செய்தார்

என்ன மாணவர்களே! நீங்களும் நமது நந்தினியைப் போல வாழ்வை உணர்ந்து படிப்பீர்களா?! என்று பள்ளியின் முதல்வர் மாணவர்களை நோக்கி கேட்டார் “படிப்போம் சார்!” என்று மாணவர்கள் ஒரே குரலில் உற்சாகமாக சொன்னார்கள்!

இந்த ஆண்டு விழா, அர்த்தமான ஆண்டு விழாவாக முடிந்ததாக பெற்றோர்கள் ஒவ்வொரு நாளும் நினைத்து நினைத்து பேசிக்கொண்டே இருக்கிறார்கள்.

10

தாவரங்கள் ஓசோனை வெளியிடுமா?

அன்று சற்றுத் தாமதமாக வகுப்பிற்குச் செல்ல ஆயத்தமானர் ஆசிரியர். அதற்குள் மாணவ மாணவியர்கள் சுதந்திரமாக சப்தமிட்டு மகிழ்வார்கள். இதுவும் ஒருவகையில் நல்லதுதான். அவர்களின் மனம் சற்றே லேசாகி அமைதி அடையும். ஆசிரியர் மிக மெதுவாக வகுப்பறையை நெருங்கிவிட்டார்.

மாணவ மாணவியர்கள் ஒரு பாட்டை பாடிக்கொண்டிருந்தார்கள். ஆசிரியர் சற்றே நின்று காது கொடுத்துக் கேட்டார்.

One O Alphabet! Two O Oxygen! Three O Ozone! Come on! come on! Susan!

ஒரு ஓன்னா அல்பபெட், இரண்டு ஓன்னா ஆக்சிசன். மூனு ஓன்னா ஒசோன், ஓடிவாடா சூசன்!

மாணவர்கள் தமிழிலும் ஆங்கிலத்திலும் பாடிக்கொண்டே சூசனை மையத்திற்கு இழுத்தார்கள். அதற்குள் பாட்டைக் கேட்டபடியே உள்ளே நுழைந்தார் ஆசிரியர்.

மாணவ மாணவியர்கள் ஓடிச்சென்று அவரவர் இடத்தில் அமர்ந்தார்கள். மெல்ல மெல்ல சப்தம் குறைந்து போனது. ஆசிரியர் சற்றே திரும்பி கரும்பலகையைப் பார்த்தார். அதில் ஒரு செடியை வரைந்திருந்தார்கள். அதிலிருந்து ஓசோன் வாயு வெளிவருவது போல O3 என செடியைச் சுற்றி எழுதியிருந்தார்கள். ஆசிரியருக்கு எதுவும் புரியவில்லை. இருந்தாலும் அதைக் காட்டிக்கொள்ளாமல், என்ன இதெல்லாம் என்று மாணவர்களைப் பார்த்துக் கேட்டார். ஒரே அமைதி. சூசன் நீ எழுந்து வெளியே வா! என்ன நடந்தது என அன்பாகக் கேட்டார்.

சூசன் சற்றே யோசித்தபடியே பேசலானான்.

இன்றைக்கு சுசிலா ஆசிரியை ஒரு செய்தி சொன்னாங்க சார். ஓசோன் அடுக்கு எப்படி நம்மை பாதுகாக்கிறது என விரிவாக சொன்னாங்க சார். கூடவே அதுல ஓட்டை விழுந்துவிட்டதால், சூரியனிலிருந்து வரும் புறஊதாக்கதிர்கள் நேரடியாக உயிர்களையும் மனிதர்களையும் பாதிக்கிறது. எனவே இதை பாதுகாப்பதற்கான புதிய சிந்தனைகளை நாம் உருவாக்க வேண்டும் என ஆசிரியை கேட்டுக்கொண்டாங்க சார்!. அதனால் நம்ம பிரதிபாதான் சார் இப்படி யோசனை செய்து பாட்டா பாடிக்கிட்டு இருந்தாங்க சார். என்றான் சூசன்.

அப்ப சில தாவரங்கள் ஆக்சிசனுக்குப் பதிலாக ஓசோன் வாயுவை வெளியிட்டா அது மேலே போயி ஓசோன் அடுக்கை அடைத்துவிடும் என பிரதிபா நினைக்கிறாங்க இல்லையா! ஆமாம் சார்! என்றனர் மாணவர்கள். உங்கள் சிந்தனை குழந்தைத் தனமாக இருந்தாலும் ஓசோன் அடுக்கில் விழுந்த ஓட்டையை உடனே அடைத்து விட வேண்டும். என்ற உங்கள் ஆர்வத்தை பாராட்டலாம். ஆனால் இது சாத்தியமா? என்ற கேள்வியே நம்முன் நிற்கிறது. அது சரி இது சாத்தியமா அல்லது சாத்தியமில்லையா என்பதில் நாம் தெளிவு பெற்றாக வேண்டும்.

சார்! துளசி செடி ஒரு நாளில் இருபது மணிநேரம் ஆக்சிஜனை வெளியிடுமாம் சார்! மீதமுள்ள நான்கு மணி நேரத்தில் ஓசோனை வெளியிடுவதாக வாட்சப்பில் ஒரு செய்தி வந்ததுசார்! இது உண்மையா சார்! என்றாள் சுவேதா.

சார் என்று எழுந்தான் சங்கரன், என்ன நீ ஒரு புதிய யோசனையைச் சொல்லப்போகிறாயா? சரி ஆரம்பி என்றார் ஆசிரியர்.

சார் ஆக்சிஜன் என்பது 02 ஆனால் ஓசோன் என்பது 03 அப்படி இருக்கும்போது ஆக்ஜிஜனை விட எடை அதிகமுள்ள ஓசோன் எப்படிசார் மேலே போனது? என்றான் ஆச்சரியமாக.

மாணவர்கள் மிக முக்கியமான கேள்விகளைக் கேட்டுவிட்டார்கள்.

துளசி மட்டுமல்ல எந்த தாவரமாக இருந்தாலும் சூரியஒளி இல்லாமல் எப்படி இரவில் ஒளிச்சேர்க்கை செய்ய முடியும் என்பதை நாம் சிந்தித்துப்பார்ரக்க வேண்டும். என்ன சுவேதா சரியா!

O2 — O3
O
O2 — O3
O
O3
O3
O2
O
O2
O
O
O
O2

ஓசோன் வாய்வு தான் கீழே இருக்க வேண்டும் என்கிறான் சங்கரன். ஆனால் அப்படி இருந்தால் நாமெல்லாம் உயிரோடு இருக்க முடியுமா? ஆனால் இயற்கை ஏதோ நம் மீது பாசம்கொண்டு நமக்கு சாதகமாக மாற்றி அமைத்திருக்கிறதோ என்று யோசிக்க வைத்து விட்டாய். உன் சிந்தனைக்கு வாழ்த்துக்கள். இப்படித்தான் மாணவர்கள் மிக சுதந்திரமாக சிந்திக்க வேண்டும்.

சரி இதுபற்றி அப்புறம் விரிவாக பார்க்கலாம். என்று சொல்லி விட்டு அன்றைய வகுப்பு பாடத்தை எளிமையாக நடத்தி விட்டு அடுத்த வகுப்பிற்கு சென்றுவிட்டார் ஆசிரியர்.

மதிய உணவு இடைவேளையின் போது ஆசிரியர்கள் ஒன்றாக அமர்ந்து சாப்பிடுவது வழக்கம். வழக்கம் போல் அனைவரும் அமர்ந்து சாப்பிட்டுக்கொண்டிருந்தனர். மாலதி ஆசிரியையும் வந்துவிட்டார். ஆசிரியருக்கு மாணவர்கள் கேட்ட கேள்வியே மனதில் ஓடிகொண்டிருந்தது. மாலதி ஆசிரியருக்கு வணக்கம் சொன்னபடியே மாணவர்கள் எழுப்பிய கேள்விகளைப் பகிர்ந்துகொண்டார்.

ஓ அப்படியா! மாணவர்களுக்கு நீங்கள் அதிகம் சுதந்திரம் கொடுக்கிறீர்கள். நல்லது. உங்கள் முயற்சி தொடரட்டும். அப்பொழுதுதான் மாணவர்களும் எந்த தயக்கமும் இன்றி கேள்விகள் கேட்பார்கள்.

நான் ஓசோன் அடுக்கைப்பற்றிப் பேசிய ஒரு சின்னச் சொற்பொழிவுக்கு நல்ல பலன் கிடைத்திருக்கிறது. ஆனாலும் சரியான விடையை நாம் கண்டுபிடித்தாக வேண்டும் என்றார் ஆசிரியை மாலதி.

சூரிய வெளிச்சத்தை உள்வாங்கி தாவரங்கள் செய்கின்ற ஒளிச்சேர்க்கையில் ஆக்ஜிஜன்தான் வெளிவருகிறது

என்பது எல்லோருக்கும் தெரியும். ஆனால் சில தாவரங்களில் ஒளிச்சேர்க்கையின் போது ஓசோன் வாயு வெளிவர வாய்ப்பு இருக்கிறதா என்று பேச்சைத் தொடர்ந்தார் ஆசிரியர்.

ஒரு சின்னத் திருத்தம், தாவரங்கள் மட்டும் ஒளிச்சேர்க்கை செய்யவில்லை. தாவரங்கலோடு சேர்ந்து கடல் மற்றும் பாறைகளில் வாழ்கின்ற பாசி இனங்களும் ஒளிச்சேர்க்கைச் செய்கின்றன. இதனால் நமது காற்று மண்டலத்தில் நமக்குத் தேவையான ஆக்ஜிஜனை நாம் பெற்றிருக்கிறோம். நிற்க, நான் உங்கள் கேள்விக்கு வருகிறேன்.

இந்த ஒளிச்சேர்க்கையின் மூலம் வெளிவந்த ஆக்ஜிஜன் வாயுவில் இரண்டு ஆக்ஜிஜன் மூலக்கூறுகள் உள்ளன. இதில் மேலும் ஒரு ஆக்ஜிஜன் மூலக்கூறு சேறும்போது ஓசோனாக மாறுகிறது. இதை ஆக்ஜிஜன் மூலக்கூறின் மறு உருவம் என்றுகூட சொல்லலாம். எனவே மாணவர்கள் சிந்தித்ததில் தவறில்லை என்றுதான் நான் சொல்வேன் என்றார் மாலதி ஆசிரியை.

ஆசிரியருக்கு ஒரே வியப்பாக இருந்தது. அப்ப நேரடியாக தாவரங்கள் ஓசோனை வெளியிடாது. ஆனால் தாவரங்கள் வெளியிடும் ஆக்ஜிஜன் ஒரு குறிப்பிட்ட சூழ்நிலையில் ஓசோனாக மாறமுடியும் என்பதாக நான் கொள்ளலாமா? என்றார் ஆசிரியர். நீங்கள் புரிந்துகொண்டது ஒரு வகையில் சரிதான். ஆனாலும் மேலும் இதைப்பற்றி நாம் விரிவாக பேசவேண்டும் என்றார் மாலதி ஆசிரியை.

அதற்குள் உணவு இடைவேளை முடிந்து ஆசிரியர்கள் அவரவர் வகுப்பிற்கு செல்ல ஆரம்பித்தனர். ஆசிரியரும் மாலதி ஆசிரியைக்கு நன்றி சொல்லி விட்டு அவர் வகுப்பிற்கு சென்று விட்டார்.

ஆசிரியர் வீடு வந்து சேர்ந்தாலும் மாணவர்கள் எழுப்பிய கேள்விகளே அவர் மனதிற்குள் ஓடிக்கொண்டிருந்தது. அப்பொழுதுதான் கவனித்தார், ஓசோன் அடுக்கு என்ற தலைப்பில் அழகான வரைபடம் சுவரில் மாட்டப்பட்டிருந்தது. ஆசிரியர் சற்றே அந்த வரைபடத்தை கூர்ந்து கவனித்தார் .அதில் நல்ல ஓசோன் கெட்ட ஓசோன் என குறிப்பிடப்பட்டிருந்தது. அது என்ன நல்ல ஓசோன், கெட்ட ஓசோன் ஆசிரியருக்கு ஒரே குழப்பமாக இருந்தது.

ஒரு சில மாதங்களுக்கு முன்னால் நடைபெற்ற அறிவுயல் கண்காட்சியில் வைப்பதற்காக இந்த வரைபடத்தை இரவு பகலாக பாலா தயாரித்தது ஞாபகத்திற்கு வந்தது. பாலா ஆசிரியரின் தங்கச்சி மகன். அறிவியலில் ஆர்வம் உள்ளவன். எதாவது கேள்விகள் கேட்டுக்கொண்டே இருப்பான். நம்மால்தான் பதில் சொல்ல முடியாது. ஏதாவது சாக்கு போக்கு சொல்லி தப்பிக்க முயன்றாலும் விடமாட்டான். சரியான பதிலைத்தேடி ஓடிக்கொண்டே இருப்பான். ஆசிரியருக்கு அவன்மேல் கொள்ளப்பிரியம். இப்படி ஆசிரியர் பாலாவை நினைத்துக் கொண்டிருந்தபோது, பக்கத்து அறையிலிருந்து பாலா ஓடிவரும் சப்தம் கேட்டு திரும்பிப்பார்த்தார். பாலா நீ எப்ப வந்த? என கேட்டபடியே , சரி! சரி! அதை விடு! நீதானே எங்கிட்ட கேள்வி கேட்ப, இப்ப நான் உங்கிட்ட ஒரு கேள்வி கேட்க போகிறேன் என்றார் ஆசிரியர். பாலா உடனே மகிழ்ந்து என்ன கேள்வி என்றார். இதோ சுவரில் மாட்டியுள்ள படத்தை நீதானே வரைந்தாய்! ஆமாம்! என்றான் பாலா.

அது என்ன? நல்ல ஓசோன் கெட்ட ஓசோன்? எப்படி என்றார் ஆசிரியர்.

பாலா கொஞ்சம் கூட யோசிக்காமல் பட படவென்று பேச அரம்பித்தான்.

இப்ப இந்த வரைபடத்தைப் பாருங்க. இது பூமி இல்லையா! இப்ப இந்த பூமியைச் சுற்றி காற்றுமண்டலம் இருக்கிறதா! கொஞ்சம் மேலே பாருங்க சூரியன் இருக்கிறதா!. இப்ப சூரியனிலிருந்து ஒளிக்கதிர்கள் வந்து காற்று மண்டலத்தை முதலாவதாக தொடுகிறதா! ஆமாம்! ஆமாம்! தொடுகிறது என்றார் ஆசிரியர் ஒரு மாணவனைப்போல. பாலா மேலும் தொடர்ந்தான்.

இப்ப சூரியனிலிருந்து வரும் கதிர்களில் என்ன இருக்கும்! புறஊதாக்கதிர்கள் இருக்கும் அல்லவா! இந்த புறஊதாக்கதிர்கள் அதிக வெப்பத்தோடு காற்று மண்டலத்தை தாக்குகிறதா! அப்படி தாக்கும் போது காற்றுமண்டலத்தில் உள்ள ஆக்ஜிசன் அணுக்கள் இரண்டாக உடைகிறது. இப்படி பிரிகிற ஆக்ஜிசன் அணுக்கள் , பிரியாமல் இருக்கிற மற்ற ஆக்ஜினன் அணுக்களோடு சேர்ந்து ஓசோனாக மாறுகிறது. அந்த மட்டத்தில் அதாவது கிட்டத்தட்ட பூமியின் தரையிலிருந்து சுமார் முப்பதிலிருந்து ஐம்பது கிலோமீட்டர் உயரத்தில் வெப்பம் அதிகமாக இருப்பதால் ஆக்சிஜன் அணுக்கள் உடைவது சாத்தியமாகிறது. வினைபுரிவதும் உடனே நிகழ்கிறது. இப்படித்தான் ஓசோன் காற்றுமண்டலத்தில் உருவாகிறது.

இப்படி ஓசோன் உருவாகிற அதே நேரத்தில், காற்று மண்டலத்தில் உள்ள மற்ற வாயுகள் , அதாவது நைட்ரஜன், குளோரின், புரோமின் போன்ற வாயுக்களும் வினை புரியும் நிலையில் இருக்கும் அல்லவா! அவை புதியதாக உருவான ஓசோனோடு வினைபுரிந்து ஓசோனை அழித்துவிடுகிறது. இப்படி ஓசோன் வாயு உருவாவதும் அதே நேரத்தில் அழிவதுமான இந் நிகழ்வானது தொடர்ந்து நடைபெறுகிறது. அதேநேரத்தில் ஓசோன் வாயு அழிவது குறைவாக இருப்பதால் ஒருசமநிலையை நோக்கி நகர்ந்து , மீதமுள்ள ஓசோன் வாயுகள் ஒருபடலமாக அந்த

மட்டத்திலேயே உருவாக ஆரம்பித்து விடுகிறது. இப்படி இந்த ஓசோன் அடுக்கு உருவாகி இருப்பதால்தான் சூரியனிடமிருந்து வரும் புறஊதாக்கதிர்கள் தாக்கம் குறைவாக இருக்கிறது. இதனால்தான் பூமியில் வாழ்கின்ற மனிதன் உள்பட அனைத்து உயிரினங்களும் பாதுகாப்பாக இருக்கின்றன.

எனவேதான் இந்த ஓசோனை நல்ல ஓசோன் என்று விஞ்ஞானிகள் கூறுகிறார்கள் என்று ஒரு நீண்ட விளக்கத்தை பாலா சொல்லி முடித்தான். ஆசிரியருக்கு ஒரே ஆச்சரியம். எட்டாவது படிக்கிற இந்த பையன் எவ்வாறு விபரமாக எளிமையாக எடுத்துச் சொல்கிறான். அவனைக் கட்டிப்பிடித்து முதுகில் தட்டிக்கொடுத்தார். பாலா மெல்ல மகிழ்ந்து போனான்.

அது சரி அப்ப கெட்ட ஓசோன் எது? என ஆசிரியர் விடாமல் கேட்டார். ஓ! அதுவா என மீண்டும் பேச ஆரம்பித்தான் பாலா.

காற்று மண்டலத்தில் மேலே எவ்வாறு ஓசோன் உருவானதோ அதேபோல எளிதாக நமது சுவாசத்தில் கலந்துவிடுகிற தரைப்பகுதியில் ஓசோன் உருவாகிறது. இது எப்படி சாத்தியமானது என்றால், இதற்கு மனிதர்களாகிய நாம்தான் காரணம். நாம் போக்குவரத்திற்கு பயன்படுத்தும் கார், பேருந்து, லாரி, இருசக்கரவாகனம் போன்றவற்றிலிருந்து வெளியாகும் நச்சுப்புகையே காரணம். மேலும் மிக முக்கியமாக பல்வேறு தொழிற்சாலைகளில் இருந்து வரும் நச்சுப்புகை காரணமாகவும் நமது காற்றுமண்டலம் சூடாகிறது. இப்படி சூடாவதால் காற்றில் உள்ள ஆக்சிசன் அணுக்கள் அதிர்வுக்கு உள்ளாகி உடையத்தொடங்குகிறது. அதேநேரத்தில் உடையாத ஆக்சிசன் அணுக்களோடு சேர்ந்து ஓசோனாக மாறுகிறது.

இப்படி உருவான ஓசோன் நேரடியாக நமது சுவாசத்தில்

புகுந்து பாதிப்பை ஏற்படுத்துகிறது. இதனால் மூச்சுத்திணறல், ஆஸ்துமா போன்ற நோய்கள் உருவாகிறது. நமது நாட்டில் உள்ள பெரு நகரங்களில் தனியார் மற்றும் பொது போக்குவரத்தினால் வாகன நெரிசல் பெரும் பிரச்சனையாக மாறியுள்ளதை நாம் அறிவோம். எனவேதான் இந்த ஓசோனை கெட்ட ஓசோன் என நாம் அழைக்கிறோம் என்றான் பாலா.

ஓசோன் பற்றி இவ்வளவு விசயமா! ஆச்சரியகாக இருக்கிறது.அதேநேரத்தில் சுற்றுச்சூழலை மாசுபடுத்தி நமக்கு நாமே தீங்கு விளைவித்துக் கொள்வதே தெரியாமல் வாழ்ந்து கொண்டிருக்கிறோம் என்ற நினைப்பு வந்தது. உங்களைப்போன்ற மாணவர்கள் நிச்சயம் இந்த நிலமையை உணர்ந்து புரிய வைப்பீர்கள் என்று நான் நம்புகிறேன். அதோடு மட்டுமல்ல இதற்கு மாற்று வழிகள் கண்டு நாமும் மாறிக்கொள்ள வேண்டும் என்ற உத்வேகத்தை நான் பெற்று விட்டேன். நாம் சேர்ந்து இந்த சூழ்நிலையை சரி செய்ய முயற்சி செய்வோம் என்று ஆசிரியர் பாலாவை வெகுவாக பாராட்டினார்.

.அது சரி பாலா எனக்கு மேலும் ஒரு கேள்வி இருக்கிறது. அதாவது ஓசோன் அடுக்கை நாம் எவ்வாறு சரி செய்வது?என்றார் ஆசிரியர்.

பாலா சற்றே யோசித்து பேசலானான்.

ஓசோன் அடுக்கை நாம் ஒன்றும் சரி செய்ய தேவையில்லை. காலப்போக்கில் அது தானாகவே சரியாகிவிடும். ஆனால் அது நீண்ட காலம் தேவைப்படும். அதுவரை நாம் என்ன செய்ய வேண்டும் என்பதுதான் முக்கியம்.

குளோரா புளோரா கார்பன் கூட்டமைவு வாயுக்கள்தான் ஓசோன் அடுக்கை பலமாக தாக்கி அழிக்க வல்லது. இத்தகைய வாயுக்கள் தொழிற்சாலைகள் மற்றும் வீட்டு உபயோக மின்சாதனங்கள் வழியாக வெளியாகின்றன.

இத்தகைய வாயுக்கள் காற்றைவிட எடைகுறைவாக உள்ளதால் அவை மேலே செல்கின்றன. எனவே அவை ஓசோன் அடுக்கோடு வினைபுரிந்து பாதிப்பை ஏற்படுத்துகின்றன. நாம் இத்தகைய வாயுகள் அதிகம் வெளியாகதபடி தொடர்ந்து கண்காணிக்க வேண்டும். அதோடு நமது சுற்றுச்சூழலை தொடர்ந்து மேம்படுத்தவேண்டும்.அதாவது மரங்கள் நடுவது, சின்ன சின்ன காடுகளை நமது சுற்றுப்புறத்தில் ஏற்படுத்துவது போன்ற செயல்களை உறுதியாக வழக்கப்படுத்திக் கொள்ளவேண்டும். முடிந்தால் அதை ஒரு இயக்கமாகக் கூட தொடர்ந்து நடத்த நாம் முன்வரவேண்டும் என்றான் பாலா.

பாலாவின் பதிலைக் கேட்டு ஆசிரியர் உள்ளுக்குள் மகிழ்ந்து போனார். மெல்ல பாலாவைத் தட்டிக்கொடுத்தார். அவனும் மெய்மறந்து நின்றான்.

சாய்வு நாற்களியிலிருந்து எழுந்து முகம் கழுவ சென்றார்ஆசிரியர். முகம் துடைத்து நாற்காலியில் அமர்ந்தார். பாலாவிற்கும் சேர்த்து தேனீர் வரவழைத்தார்.

இருவரும் சேர்ந்து தேனீர் அருந்தினார்கள்.. தெம்பாக இருந்தது ஆசிரியருக்கு.

மாணவர்கள் எழுப்பிய எல்லா கேள்விகளுக்கும் விடை கிடைத்ததை ஆசிரியரால் உணர முடிந்தது.

இத்தகைய அறிவியல் பார்வை இருந்துவிட்டால் , நல்ல மருத்துவ குணமுள்ள துளசி போன்ற தாவரங்களைச் சுற்றித் தவறான நம்பிக்கைகளைப் பரப்புவதை நாம் எளிதாக புரிந்துகொண்டு செயல்படமுடியும் என்ற எண்ணம் ஆசிரியர் மனதில் தோன்றியது.

மாணவர்கள் எழுப்பிய எல்லா கேள்விகளுக்கு நாளை இதே உணர்வோடு பாடம் நடத்த முடியும் என்ற நினைப்பே அவரை மகிச்சியில் ஆழ்த்தியது.

பாலாவிற்கு நன்றி சொல்லி வாழ்த்தி அனுப்பிவைத்தார்.

11

கணக்கும் கனவும்

சுற்றுலா என்றதும் ஒரு புதிய உற்சாகம் வந்து விடுகிறது. நந்தினியும் உற்சாகமாகி விட்டாள். அப்பொழுதான் அவளுக்கு வீட்டுப்பாடம் ஞாபகத்திற்கு வந்தது. அனைத்து வீட்டுப்பாடத்தையும் வேகமாக முடித்துக்கொண்டே வந்தாள். கணக்கு பாடத்தில் ஒரு கணக்கை மட்டும் அவளால் போடமுடியவில்லை.

ஆனால் கணக்கில் அவளுக்கு ஆர்வம் அதிகம். சரியான விடை வந்துவிட்டால் சந்தோழத்தில் துள்ளிக் குதிப்பாள். ஒவ்வொரு ஸ்டெப்புக்கும் இடையில் எந்த வீதி செயல்படுகிறது என்பதில் ஆர்வமாக இருப்பாள். சில நேரங்களில் கற்பனையில் மூழ்கிவிடுவாள். கணக்கின் படிகளில் ஏறி விடையைத் தொடுகிற மாயத்தை எண்ணி எண்ணி வியப்பாள். இதனால் அவளை பள்ளியில் “கணக்குப்புலி” என்று அழைப்பார்கள். யாருக்கும் தெரியாமல் ஆசிரியரைப்போல கரும்பலகையில் கணக்கைப் போட்டு மகிழ்வது அவளுக்கு மிகவும் பிடிக்கும். ஆனால் இந்த ஒரு கணக்கை அவளால் போட முடியவில்லை.

அப்பொழுதுதான் அவளின் அம்மா வந்து அவளின் தலையைத் தடவி கொடுத்தாள். என்னம்மா கணக்கு வரலையா! என்று அன்போடு கேட்டாள்.

“நாளைக்கு டூர் போற இல்ல , இப்ப போய் கணக்கு பாடம் எழுத வேண்டாம், அத டூர் போய் வந்து பாத்துக்களாம். இப்ப டூருக்கு வேண்டியதெல்லாம் எடுத்து வை! என்றாள்.

சரிம்மா! என்று அரைமனதோடு கணக்குப் பாடத்தை எடுத்து வைத்துவிட்டு சுற்றுலா செல்ல தயாரானாள்.

மறுநாள் சுற்றுலா முடித்து வீட்டிற்கு வந்தாள். குளித்து முடித்து சுத்தமாகி புதிய உடையை அணிந்து கொண்டாள். உடனே பாதியில விட்ட கணக்கு ஞாபகத்திற்கு வந்தது.. போட முடியாத அந்த கணக்கை எடுத்து வைத்துக்கொண்டு யோசனையில் ஆழ்ந்தாள். சுற்றுலா போய் வந்த அசதியும் இந்த கணக்கு

சிந்தனையும் சேர்ந்துகொள்ள, உடனே அசந்து தூங்கிவிட்டாள்.

ஒரு பெரிய காட்டில் இவள் ஓடிக்கொண்டிருக்கிறாள். மரங்கள் காற்றில் ஆடும் ஓசை காதில் கேட்கிறது. ஒரு குரங்கு இவளை துரத்துவதுபோல வந்துகொண்டிருந்தது. இவள் சற்றே ஓதுங்க ஆரம்பித்தாள். பெரிய பெரிய வாழைமரங்களைப் பார்த்து வியந்தாள்.. அந்த குரங்கு வாழைப்பழத்தை பறித்து சாப்பிட நேரம் பார்த்துக்கொண்டிருந்தது.இவள் மீண்டும் ஒதுங்க ஆரம்பித்தாள்.அந்த குரங்கின் எதிரே ஒரு சிங்கத்தை பார்த்து பயந்துவிட்டாள். ஆனால் சிங்கம் பசியோடு குரங்கைப் பார்த்துக்கொண்டிருந்தது. குரங்கு வாழைப்பழம் சாப்பிட நினைத்தால் சிங்கத்திடம் மாட்டிக்கொள்ளும். குரங்கு இப்படியும் அப்படியுமாக யோசனையில் இருந்தது. குரங்கு எங்கோ போவதுபோல பின்வாங்கியது. திடீரென சிங்கத்தின் பின்பக்கமாக ஓடியது. என்ன நினைத்ததோ தெரியவில்லை, சட்டென திரும்பி வாழைப்பழத்தை நோக்கி தாவியது. பட்டென பழத்தைப் பறித்துக்கொண்டு சிங்கத்திடம் பிடிபடாமல் ஓடிவிட்டது. சிங்கம் குரங்கைத் துரத்த ஆரம்பித்தது. இவளுக்கு உடம்பெல்லாம் வேர்க்க ஆரம்பித்துவிட்டது. திடீரென சிங்கம் கர்சிக்கும் சப்தம் அதிகமாகவே திடுக்கிட்டு எழுந்தாள் நந்தினி.

சுற்றும் முற்றும் பார்த்தாள்!.சிங்கம் எதையும் காணவில்லை. ச்சே! கனவா இது! என்றபடியே நிதானத்திற்கு வந்தாள் நந்தினி.

எதிரே! அப்பா காலையிலேயே குளித்து முடித்து பேப்பர் படித்துக்கொண்டிருந்தாதார். அம்மா சமையலுக்கு காய்கறி நருக்கிக் கொண்டிருந்தாள்.

நந்தினி அவள் அப்பாவை நோக்கி ஓடினாள். அப்பா!அப்பா! ஒரு பயங்கர கனவுப்பா!.

என்ன கனவா! பயந்துட்டியா! பயப்படாமல் சொல்லு! என்றார் அதற்குள் அவளின் அம்மாவும் சேர்ந்துகொண்டார்.

அவள் கண்ட கனவை ஒன்று விடாமல் சொல்லி முடித்தாள்! அதெல்லாம் நல்ல கனவுதான். அதுசரி நேற்று உனக்கு என்னாச்சு! அத முதலில் சொல்லு என்றார்.

ஓ அதுவா! நேற்று வீட்டுப்பாடத்தில் ஒரு கணக்கை என்னால் போடமுடியலப்பா! என்றாள் நந்தினி

சரி! சரி! இதுக்கெல்லாம் பயப்படக்கூடாது. அதான் நான் வந்துட்டேன் இல்ல! நேற்று நீ சுற்றுலாவிற்கு போன இல்ல! அதுவும் மிருகக்காட்சி சாலைக்கெல்லாம் போயிருக்க ! அதுதான் கனவா வந்திருக்கும். சரியா! கனவையெல்லாம் மறந்திடு! இப்ப போய் கணக்கப் போடு விடை சரியா வரும் என்றார் அவளின் தந்தை.

சரிப்பா! என்றபடி மீண்டும் கணக்கைப் போட ஓடினாள்!

புள்ள பயந்திட்டாங்கிரிங்க! இப்ப என்ன செய்யறதுங்க!

அப்பொழுதுதான் அழைப்புமணியின் ஓசை கேட்டது. “யாருன்னு போய் பாருங்க” என்றாள் அவளின் அம்மா.

வாங்க! வாங்க! நீங்க என் பிள்ளை படிக்கிற பள்ளியில கணக்கு ஆசிரியர் அல்லவா!?. சரியான நேரத்திற்குதான் வந்திருக்கிங்க உள்ளே வாங்க என அன்போடு அழைத்தார் அவளின் அப்பா!

ஆசிரியர் மெல்ல மகிழ்ந்தபடியே உள்ளே வந்தார்.

உங்க பொண்ணு நேற்று சுற்றுலாவிற்கு வந்தா இல்லையா! அவ தன்னோட மணிபர்சை பஸ்சிலேயே விட்டுட்டா. ஓட்டுனர் எடுத்து என்கிட்ட கொடுத்தார். அதுல உங்களோட முகவரியைப் பார்த்தேன். நானும் இந்த நகர்லதான் குடியிருக்கேன். அதான் நடந்தே வந்துட்டேன் என்றார் ஆசிரியர்.

உங்களுக்கு மிக்க நன்றி! என்றார் அவளின் தந்தை. ஆசிரியருக்கு வணக்கம் சொன்னபடியே அவர் அருகில் வந்து நின்றாள் நந்தினி.

"சரியான நேரத்திற்குத்தான் வந்திருக்கேன்" என்று சொன்னீங்களே! என்று ஆசிரியர் ஆரம்பித்தார்.

நந்தினி சுற்றுலா செல்லும் அவசரத்தில் அவளால் சில கணக்குகளைப் போட முடியவில்லை! அவளுக்கு கணக்கில் ஆர்வம் அதிகம் என்று உங்களுக்குத் தெரியும். அந்த நினைவோட அவள் இருந்ததால் அது ஒரு கனவாக அவளுக்கு வெளிப்பட்டுவிட்டது.

சின்ன புள்ள இல்லையா! பயந்திட்டா .இது சம்பந்தமாகத்தான் நாங்கள் பேசிக்கொண்டிருந்தோம் என்றார் அவளின் தந்தை.

என்ன கனவு என்றார் ஆசிரியர் ஆவலோடு அப்படியே அந்த கனவைப்பற்றி விரிவாக ஆசிரியருக்கு எடுத்துச் சொன்னார் அவளின் அப்பா..

இதுல பயப்பட என்ன இருக்கிறது என்றபடியே ஆசிரியர் நந்தினி பக்கம் திரும்பினார். நந்தினி இப்ப நீ கணக்கை போட்டுவிட்டாயா? என்றார் ஆசிரியர். இப்பதான் விடை சரியாக வந்தது சார்!. உடனே நீங்களும் வந்துட்டீங்க சார்! என்றாள் நந்தினி.

வெரிகுட்! நீதான் கணக்கு புலியாச்சே! உன்னால முடியும்! எதற்கும் பயப்படக்கூடாது! நேற்று முடியலைன்னா, நாளைக்கு முடியும்! உடனே நாம நம்பிக்கை இழந்துவிடக் கூடாது! சரியா! என்றார் ஆசிரியர் சரி சார்! என்றபடியே அமைதியாக நின்றாள் நந்தினி.

என்ன சார்! கொஞ்சம் புரியும் படியாக சொல்லுங்க!என்றாள் அவளின் அம்மா.

ஒவ்வொரு நாளும் நமக்கு ஏதாவது ஒரு பிரச்சனை கண்டிப்பாக வரும். அதை எதிர்கொள்ள நமது மனம் தயாராக வேண்டும். நமது மனதை சமநிலைக்கு கொண்டுவரவே கனவுகள் வருகின்றன. அதோடு கனவுகள் நமக்கு நம்பிக்கை அளிக்கின்றன என்று மனோ தத்துவ அறிஞர்கள் சொல்வதை நான் படித்திருக்கிறேன் என்றார் ஆசிரியர்.

இதை கேட்ட பிறகுதான் அவள் அம்மாவின் முகத்தில் லேசாக புன்னகை பூத்தது.

ஆசிரியருக்கு சற்றே நம்பிக்கை வர மேலும் பேசலானார்.

அப்படித்தான் உங்கள் மகளின் கனவிலும் ஒரு குரங்கு சிங்கத்தையே ஏமாற்றி பழம் சாப்பிட்ட மாதிரி கனவு வந்திருக்கு. அந்த கனவுதான் அவளுக்கு நம்பிக்கையைக் கொடுத்திருக்கும். நாம தூங்கிவிட்டாலும் நம்ம மனதோட ஒரு பகுதி தூங்காம இருக்கும். அதுதான் கனவாக வரும். அவ சந்தோழமாக சுற்றுலா போகவேண்டும் என்று அவள் மனம் விரும்பிருக்கு. அதுக்குள்ள வீட்டுப்பாடத்தை முடிக்கவேண்டும். இதனால் அவ மனம் சோர்ந்து போய்விட்டது. அதை

சரி செய்யத்தான் அவளுக்கு கனவு வந்திருக்கு. இதெல்லாம் நம்ம ஆழ்மனதோட செயல்பாடு என்பார்கள் என்றார் ஆசிரியர்..

"அட நம்ம மனதைப்பற்றி இவ்வளவு அறிவியல் புரிதல் இருக்கிறதா! ரொம்ப ஆச்சரியமா இருக்கு! என்றார் அவளின் அப்பா!

இன்னும் மனித மனம் பற்றி நாம் பேசிக்கொண்டே போகலாம். அதற்கு இப்பொழுது நேரமில்லை என்றபடி ஆசிரியர் மெல்ல எழுந்தார்.

எந்த கணக்காக இருந்தாலும் உடனே போட வேண்டுமென ஆவல் வந்துவிடுகிறது சார் என்றாள் நந்தினி

இந்த ஆர்வம்தான் மகத்தானது. அது ஒரு சிறு நெருப்பு! அதை அணையவிடாமல் நாம் பாதுகாக்க வேண்டும்.முக்கியமா பெற்றோர்கள் இந்த ஆர்வத்தை போற்றி வளர்க்கவேண்டும்.அதேநேரத்தில் எந்த தடை வந்தாலும் உன் கணித முயற்சியை விட்டுவிடாதே! அமைதியாக நிதானமாக யோசிக்க வேண்டும். உடனே விடை வரவில்லையென்றால் சற்று நேரம் அமைதியாக இருந்து மீண்டும் உன் முயற்சியை தொடங்கு! நீ கணிதத்தில் நிறைய சாதிக்க வாய்ப்பு இருக்கு! சரி கவனமாக படி! என்றபடி ஆசிரியர் விடைபெற்றுச் சென்றார்.

பெற்றோர்கள் இருவரும் மகிழ்ந்தபடியே ஆசிரியரை வழி அனுப்பி வைத்தனர்.

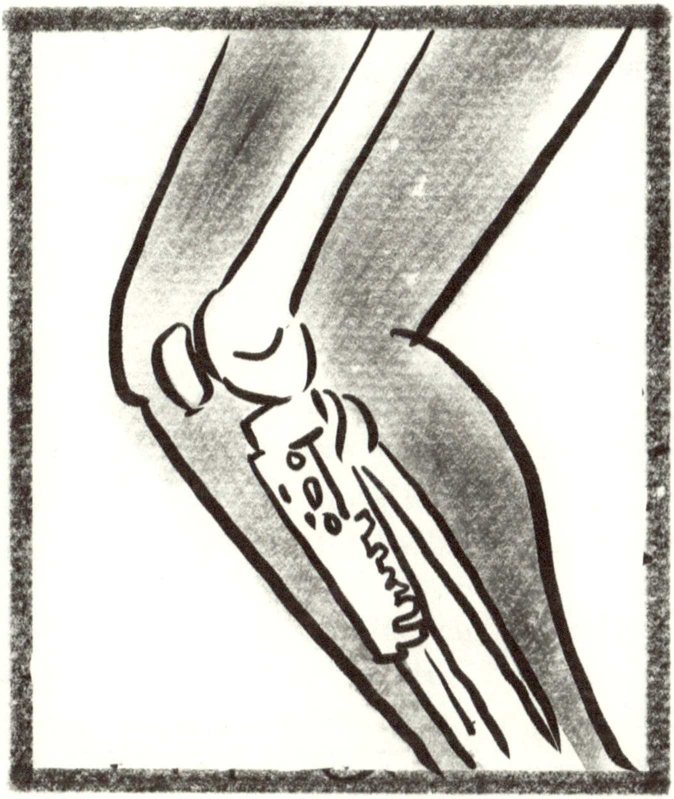

12

கண்ணப்பன் கேட்ட கேள்வி?

அன்றைய பாடத்தை வழக்கமாக நடத்தி முடித்தாலும் வகுப்பறையில் மாணவன் கண்ணப்பன் இல்லாதது அவருக்கு வெறுமையாக தோன்றியது. சக மாணவர்களை அழைத்து விசாரித்தார். இன்றைக்கு கண்ணப்பன் ஏன் வரவில்லை என்றார்?!

"சார்! அதை ஏன்சார் கேட்கறீங்க! அவன் மீண்டும் கிரிக்கெட் பார்த்து பரவசப்பட்டுப் போய் கைதட்டி, மீண்டும் விழுந்து விட்டான்

சார்! ஏற்கனவே இடது முழங்கால் எலும்பில் லேசான முறிவு ஏற்பட்டிருந்தது அல்லவா! அந்த இடத்திலேயே மீண்டும் முறிவு ஏற்பட்டுள்ளது சார்! இதனால் தற்போது மீண்டும் மருத்துவமனையில் அனுமதிக்கப்பட்டுள்ளான் சார்!" என்றனர் மாணவர்கள்.

சரி நீங்க வகுப்புக்கு போங்க, நான் போய் கண்ணப்பனைப் பார்க்கிறேன் என்றார் ஆசிரியர்.

ஆசிரியருக்கு கண்ணப்பன் ஞாபகமே வந்து வந்து போனது. கண்ணப்பன் நன்றாக படிக்கக்கூடியவன். அவன் அறிவியல் ரீதியாக கேள்வி கேட்பதிலும் வல்லவன். அதே நேரத்தில் விளையாட்டிலும் ஆர்வம் உள்ளவன். குறிப்பாக கிரிக்கட்டில் அவன் சாதிக்க வேண்டுமென துடிப்பவன். அவன் ரப்பர் பந்தில் விளையாடும் போதே அவனது திறமையைக் கண்டுகொண்டார் உடற்பயிற்சி ஆசிரியர். அவனுக்கு கிரிக்கெட் பந்தில் பயிற்சிக்கொடுத்து தற்போதுதான் கிரிக்கெட் குழுவில் சேர்த்திருந்தார். அதற்குள்ளாக காலில் அடிபட்டு விட்டது! அவனைப்பார்த்தே ஆகவேண்டுமென முடிவு செய்துவிட்டார் ஆசிரியர்.

மறுநாள் மாலையில் மருத்துவமனைக்கு சென்றார். கண்ணப்பனைப் பார்த்து நலம் விசாரித்தார். அவனின் முழங்காலில் பிளேட் வைத்து அறுவைச் சிகிச்சை செய்துள்ளனர். இன்னும் ஒரு வாரத்திற்கு பிறகு நடப்பதற்கு பயிற்சி கொடுப்பார்கள். அதன்பிறகு அவனால் இயல்பாக நடக்கமுடியும் என்றனர் அவனது உறவினர்கள்.

விரைவில் நீ நலம்பெற்று பள்ளிக்கு வருவாய் ! தைரியமாக இரு! உனது படிப்புக்கு வேண்டியதெல்லாம் நாங்கள் பார்த்துக்கொள்கிறோம் என்றார் ஆசிரியர்!

கண்ணப்பனுக்கு அப்பொழுதான் நம்பிக்கை வந்தது போல ஆசிரியரைப் பார்த்தான். மெல்ல புன்னகை எட்டிப்பார்த்தது.

நான் மீண்டும் பழையபடி விளையாடலாமா சார்! என்றான். கவலைப்படாதே நீ எப்பொழுதும் போல விளையாடலாம்.ஆனால் மருத்துவர் சொல்வதை சரியாக கண்டிப்பாக கடைபிடிக்க வேண்டும். இதில் எப்பொழுதும் போல விளையாட்டுத் தனமாக இருக்கக் கூடாது என்றார் ஆசிரியர்.

கண்ணப்பன் சரிசார்! என்று தலையாட்டினான்.

கண்ணப்பன் மெல்ல தலையணையை சரி செய்தபடியே சாய்ந்து உட்கார்ந்தான். சார்! எனக்கு ஒரு சந்தேகம் என்றான்!. எதுவாக இருந்தாலும் தயங்காம கேளு! என்றார் ஆசிரியர்.

சார்! நம்ம மாதவனுக்கு இரும்பு தகடில் தவறாக விழுந்து காலில் கிழித்துக்கொண்டான் அல்லவா! அப்பொழுது உடனடியாக அவனை மருத்துவமனைக்கு அழைத்துச் சென்று ஏதோ ஊசி போட்டதா சொன்னீங்களே சார்! ஞாபகம் இருக்கா சார்! என்றான் கண்ணப்பன். ஆமாம் அதற்கு என்ன! என்றார் ஆசிரியர்.

இரும்பு போன்ற பொருட்களை நம்ம உடம்பு ஏற்றுக்கொள்ளாது என்று சொன்னீங்களே சார்! இப்ப என்னோட காலுக்குள்ள எப்படி சார் பிளேட் வைச்சாங்க! அதை எப்படி என்னோட உடம்பு ஏற்றுக் கொள்ளும் சார்! நாளைக்கு ஏதாவது எனக்கு பிரச்சனை வருமா சார்! என்றான் கண்ணப்பன்

மிகச் சரியான கேள்வியைக் கேட்டுவிட்டான் கண்ணப்பன். இவனுக்கு எப்படி பதில் சொல்வது என்று ஆசிரியர் சிந்திக்க ஆரம்பித்துவிட்டார்.

இதையெல்லாம் மருத்துவ உலகம் ஆய்வு செய்யாமல் இருக்குமா? கவலைப்படாதே! நமது உடம்பு ஏற்றுக்கொள்ளும் ஏதோ ஒரு தனிமத்தில் செய்த பிளேட்டைத்தான் உனக்கு வைத்திருப்பார்கள். அதனால் உனக்கு எதிர்காலத்தில் ஒன்றும் ஆகாது. நீ உடனடியாக நலம்பெற்று பள்ளிக்கு வா! அப்புறம் இதைப்பற்றி நாம் விவாதிக்கலாம் என்றார் ஆசிரியர்.

கண்ணப்பனும் சரி சார் என்று நம்பிக்கையோடு தலையாட்டினான்!

ஆசிரியர் விடைபெற்று வீடு வந்து சேர்ந்தாலும் கண்ணப்பன் கேட்டகேள்வியே அவர் மனதில் வந்து வந்து போனது.ஆசிரியர் அறிவியல் ரீதியான பதிலை இப்பவே தேட ஆரம்பித்து விட்டார்.

ஒருநாள் மாலை மருத்துவ உபகரணங்கள் விற்பனை செய்யும் கடைக்குச் சென்றார். தன்னை அறிமுகம் செய்துகொண்டு அந்த விற்பனை பிரதிநிதியிடம் தனது மாணவன் எழுப்பிய கேள்வியைப் பகிர்ந்துகொண்டார்.

அந்த விற்பனை பிரதிநிதி ஆசிரியரை ஆச்சரியமாக பார்த்தார். இப்படிப்பட்ட ஆசிரியர்கள் இருந்துவிட்டால் மாணவ சமுதாயம் நன்றாக சிந்திக்க ஆரம்பிதுவிடும். பல புதிய கண்டுபிடிப்புகளுக்கு கூட இது திறவுகோலாக அமையும். உங்கள் முயற்சித் தொடரட்டும் என்று ஆசிரியரை வாழ்த்தியபடியே பதில் சொல்ல ஆரம்பித்துவிட்டார்.

பொதுவாக மருத்துவ உபகரணங்கள் பெரும்பாலும் துருப்பிடிக்காத உயர்ந்த தரத்தினால் ஆன உருக்கு இரும்பினால் செய்யப்படுபவை. மேலும் டைட்டானியம், டாண்டாலம், பிளாட்டினம் மற்றும் பலாடியம் போன்ற

தனிமங்களிலிருந்தும் செய்யப்படுகின்றன. இவை பெரும்பாலும் நமது உடலுக்கு தீங்கு விளைவிக்காதவை என்று எடுத்துக் கூறினார் மருத்துவ பிரதிநிதி.

மருத்துவபிரதிநிதியிடம் கலந்துரையாடிவிட்டு வீட்டிற்கு வந்து விட்டார் ஆசிரியர். கண்ணப்பன் எழுப்பிய கேள்விக்கு ஏதோ கொஞ்சம் பதில் கிடைத்தாலும் முழுமையான பதிலை எப்படி அடைவது என்பதிலேயே குறியாக இருந்தார் ஆசிரியர். அப்பொழுதுதான் அவர் வசிக்கும் தெருவிலேயே ஒரு வேதியியல் பேராசிரியர் இருப்பது ஞாபகத்திற்கு வந்தது. இன்று ஞாயிற்றுக்கிழமை நிச்சயம் வீட்டிலிருப்பார். அவரைச் சென்று சந்திக்கலாம் என்று முடிவு செய்து, சற்று நேரத்தில் தயாராகி நடந்தே அவர் வீட்டிற்கு சென்று விட்டார் ஆசிரியர்.

அழைப்பு மணியை அடித்ததும் பேராசிரியரே வந்து கதவைத் திறந்தார். ஆசிரியர் வணக்கம் சொன்னதும் பேராசிரியர் பதிலுக்கு வணக்கம் சொல்லியபடியே உள்ளே அழைத்துச் சென்று அமரவைத்தார்.

சற்று நேரம் பொறுத்திருங்கள் தேநீரோடு வருகிறேன், பிறகு பேசலாம் என்றபடி பேராசிரியர் உள்ளே சென்று விட்டார்.

அப்பொழுதுதான் ஆசிரியர் கவனித்தார். ஒரு அலமாரியில் நிறைய புத்தகங்கள் அழகாக அடுக்கு வைக்கப்பட்டிரிந்தது. அதில் சிறிய சிறிய புத்தகங்கள் அதிகமாக இருந்தன. அனைத்தும் குழந்தைகளுக்கான படக்கதைகளாக இருந்தன. அதுவும் மிகவும் பழமையான கதை புத்தகங்கள் கண்ணுக்கு விருந்தாக இருந்தது ஆசிரியருக்கு. உடனே எடுத்து படிக்க வேண்டுமென ஆவல் பிறந்தது. உடனே கிரேக்க நாட்டுக் கதை

வரிசையிலிருந்தது ஒரு புத்தகத்தை வெளியில் எடுத்தார். அதில்

டாண்டாலம் என்ற பெயர் பெரியதாக அச்சிடப்பட்டிருந்தது.

அந்த புத்தகத்தை எடுத்து சற்று நேரத்தில் படித்து முடித்து விட்டார். ஆசிரியருக்கு ஒரே வியப்பு! . அந்த கதையைப்பற்றிய சிந்தனையே மனதில் ஓடிக்கொண்டிருந்தது.

டாண்டாலம் என்ற மன்னருக்கு ஏதோ ஒரு தவருக்காக தண்டனை வழங்கப்பட்டிருந்தது. அதாவது அவர் ஒரு குளத்தில் நிற்க வைக்கப்பட்டிருக்கிறார். மேலே மரக்கிளைகள் கொத்துக் கொத்தாக பழங்களோடு எட்டிப் பறிக்கும் தூரத்தில் உள்ளன. ஆனால் தாகத்திற்கு தண்ணீர் குடிக்க முயன்றால் தண்ணீர் தரை மட்டத்திற்கு கீழே போய்விடுகிறது.சரி பழங்கள் சாப்பிடலாம் என்று கையை மேலே உயர்தினால் பழக்கிளைகள் மேலே சென்று விடுகின்றன. இருந்தும் இல்லாத நிலை! என்ன செய்வார் அந்த மன்னர்! இத்தகைய நிலையை என்னவென்று சொல்வது! நமது வாழ்க்கையிலும் இப்படி ஒரு நிலைமை வரலாம் என்பதை விளக்கத்தான் இந்த கதையா?இது தண்டனையாக தெரியவில்லை. வாழ்வின் விசித்திரங்களை விளக்க எழுதி இருப்பாங்களோ! என்று ஆசிரியர் சிந்தித்துக்கொண்டு இருக்கும்போது பேராசிரியர் தேநீரோடு வந்துவிட்டார்.

ஆசிரியரின் கையில் இருந்த புத்தகத்தை பார்த்துவிட்டு,என்ன! டாண்டாலம் கதையா படித்தீர்கள்! என்றார் பேராசிரியர். ஆமாம்! விசித்திரமான கதையாக இருக்கிறது என்றார் ஆசிரியர்.

இந்த புத்தகங்கள் நான் மட்டும் படிப்பதற்கு அல்ல, எனது பேரப்பிள்ளைகளும் ஆவலோடு எடுத்து படிக்க வேண்டும் என்பதற்காக இத்தகைய கற்பனை வளம்மிகுந்த மிகவும் பழமையான படக்கதைகளை வாங்கி வைத்துள்ளேன். அப்பொழுதுதான் புதிய சிந்தனைகள் பிள்ளைகளுக்கு தோன்றும் .வாழ்க்கையில் ஏற்படுகின்ற எதிர்பாராத பிரச்சனைகளை சமாளித்து வாழ பெரும் உதவியாக இருக்கும் என்றார் பேராசிரியர்.

ஆசிரியருக்கு நாமும் இது போன்ற புத்தகங்களை வாங்க வேண்டுமென்ற ஆவல் பிறந்தது. உங்கள் பேச்சு எனக்கு உற்சாகத்தை தருகிறது சார் என்றார் ஆசிரியர்.

நல்லது! சரி நான் கதைக்கு வருகிறேன் என்று பேராசிரியர் மேலும் பேச ஆரம்பித்தார்.

நான் வேதியியல் பேராசிரியர் இல்லையா! இந்த கதைக்கும் வேதியலுக்கும் சம்பந்தம் இருக்கிறது என்றார் பேராசிரியர். ஆசிரியருக்கு ஒரே ஆச்சரியம்! என்னஅது! சற்று விரிவாக சொல்ல முடியுமா? என்றார் ஆசிரியர்.

டாண்டாலம் என்று ஒரு தனிமம் இருக்கிறது. அந்த தனிமத்தை கண்டு பிடித்த விஞ்ஞானி இந்த கதையில் வரும் டாண்டலஸ் கடவுளின் பெயரைத்தான் இதற்கு வைத்தார்.

இந்தப் பெயரை ஏன் இந்த தனிமத்திற்கு வைத்தார்? என்றார் ஆசிரியர்.

இந்த தனிமமும் டாண்டலஸ் போலத்தான். அமிலங்களோடு வினைபுரிய வேண்டுமென நினைக்கும் ஆனால் அதனால் வினைபுரிய முடியாது. மற்ற பொருட்களின் ஈரத்தன்மையை அதனால் ஈர்க்கவும் முடியாது. இதனால் அந்த விஞ்ஞானி இந்த டாண்டலஸின் பெயரை சரியாக வைத்தார் என்றார் பேராசிரியர்.

அந்த விஞ்ஞானி ஒரு இலக்கியவாதியாக இருப்பாரோ என்றார் ஆசிரியர். ஆமாம் அவருக்கும் இலக்கியத்தில் ஈடுபாடு கொண்டவர்தான் என்றார் பேராசிரியர்

இந்த டாண்டலஸால் மனிதர்களுக்கு ஏதாவது பயன் உண்டா சார்? என்றார் ஆசிரியர்.

ஏன் இல்லை நிறைய பயன்கள் உண்டு. மிக முக்கியமான ஆச்சர்யமான ஒரு பயனை நான் சொல்லட்டுமா என்றார் பேராசிரியர்.

தாராளமாக சொல்லுங்கள் என்றார் ஆசிரியர்.

நமது உடல் சில தனிமங்களை ஏற்றுக்கொள்ளும். ஆனால் முழுமையாக அல்ல. ஆனால் டாண்டலஸை பொறுத்தவரை கிட்டத்தட்ட நமது நோய் எதிர்ப்பு மண்டலத்தை அனுசரித்து எதிர்வினை ஆற்றாமல் அமைதியாக நமது உடலில் அமர்ந்திருக்கும். இதனால் நமது உடலுக்கு ஒரு தீங்கும் இல்லை.

நமது உடல் திரவத்தோடு அது எதிர்வினை புரியாது. இந்த பண்புதான் நாம் உடைந்துபோன எலும்புகளுக்கு பதிலாகவும் துணையாகவும் இந்த தனிமத்தால் செய்த பிளேட்டுகளை பயன்படுத்துகிறோம். அந்தபிளேட்டில் சிறிய நுண் துளைகள் இட்டுவிட்டால் அதில் நமது உடல் திரவங்கள் ஊடுருவி சதையும் எலும்பும் இணைவதை போல இந்த பிளேட்டும் இணைந்துவிடும். அதாவது நமது இயற்கை எலும்பின் பண்புகள் என்னவோ அந்த நிலையை இந்த தனிமத்தால் செய்யப்பட்ட பிளேட்டுகள் அசல் எலும்புகள் போலவே செயல்படுகிறது. இதனால் அறுவை சிகிச்சை செய்த பிறகும் இந்த பிளேட்டுகளை எடுக்க வேண்டிய அவசியம் இல்லை என்றார் பேராசிரியர்.

இது எவ்வளவு பெரிய செய்தி பார்த்தீர்களா! என்றார் ஆசிரியர்.

இதுபோன்று மற்ற தனிமங்கள் உதவினாலும் இது கிட்டடத்தட்ட 99% பாதிப்பிலாதது என்று ஆய்வாளர்கள் குறிப்பிடுகிறார்கள். இது மட்டுமல்ல அறுவை சிகிச்சை செய்ய பயன்படும் மருத்துவ உபகரணங்கள் இந்த தனிமத்தால் செய்யப்படுகின்றன. உறுப்பு மாற்று அறுவை சிகிச்சைகளில் இந்த தனிமத்தால் ஆன சிறுசிறு உபகரணகள் பெரும் உதவியை செய்கின்றன என்றார் பேராசிரியர்.

ஆசிரியர் மிகவும் மகிழ்ச்சியாக இதைக் கேட்டுக்கொண்டிருந்தார். ஒரு பக்கம் மாணவன் கண்ணப்பன் கேட்ட கேள்விக்கு விடை கிடைத்தாலும் மனித குலத்திற்கு இந்த மகத்தான கண்டுபிடிப்பைச் செய்த அந்த விஞ்ஞானியை நினைத்து பெருமை பட்டார். அவரின் அளப்பரிய உழைப்பைப் போற்றினார்.

அந்த விஞ்ஞானியைப் பற்றி கொஞ்சம் சொல்ல முடியுமா சார்! என்றார் ஆசிரியர்.

அந்த விஞ்ஞானியின் பெயர் ஆண்டர்ஸ் குஸ்டாஃப் எக்பெர்க். அவர் சுவீடன் நாட்டைச் சேர்ந்த விஞ்ஞானி, கணிதவியலாளர் மற்றும் கவிஞர். அவர் கவிஞராகவும் விஞ்ஞானியாகவும் இருந்ததால் பொதுவான வேதியியல் கூறுகளுக்கு சுவீடன் பெயர்களை முன்மொழிந்ததன் மூலமும் புகழ் பெற்றார். 1802 ஆம் ஆண்டில் டான்டலமின் ஆக்சைடை எக்பெர்க் கண்டுபிடித்தார், இரண்டு வெவ்வேறு தாதுக்களின் மாதிரிகளிலிருந்து தனிமைப்படுத்தினார், இந்த டான்டலமின் ஆக்சைட் பொதுவான அமிலங்களுடன் வினைபுரிவதில் அவர் அனுபவித்த சிரமங்களை

பிரதிபலிப்பதற்காகவும், பண்டைய கிரேக்க இலக்கியத்தின் மீதான அவரது ஆர்வத்திலிருந்து ஓரளவுக்கு 'டான்டலம்' என்ற பெயரை எக்பெர்க் தேர்ந்தெடுத்தார்.

இன்றைக்கு டாண்டலத்தின் பயன் வியக்கத்தக்க அளவில் பெரும் பங்காற்றி வருகிறது. என்று பேராசிரியர் ஆர்வத்தோடு கூறினார்.

ஆசிரியரும் ஆவலோடு கேட்டுக்கொண்டார்.இதை நாளை கண்ணப்பனுக்கு மட்டுமல்ல அனைத்து மானவர்களுக்கும் எப்படி விரிவாக எடுத்துக்கூறலாம் என்பதை இப்பவே சிந்திக்க ஆரம்பித்ட்டுவிட்டார்.

பேராசிரியருக்கு நன்றி சொல்லிவிட்டு அவரிடமிருந்த்து மிக மகிழ்வான மனநிலையோடு தனது வீட்டிற்கு செல்ல வெளியே வந்தார்.

சார்! எதுக்கு என்னை தேடி வந்தீங்க! அதைச் சொல்லலையே! என்றார் பேராசிரியர்.

சார்! உங்களிடம் பேசியதிலேயே எனது கேள்விக்கான பதில் கிடைத்துவிட்டது சார்! என்று மகிழ்வோடு வணக்கம் சொல்லியபடியே நடக்க ஆரம்பித்துவிட்டார் ஆசிரியர்.

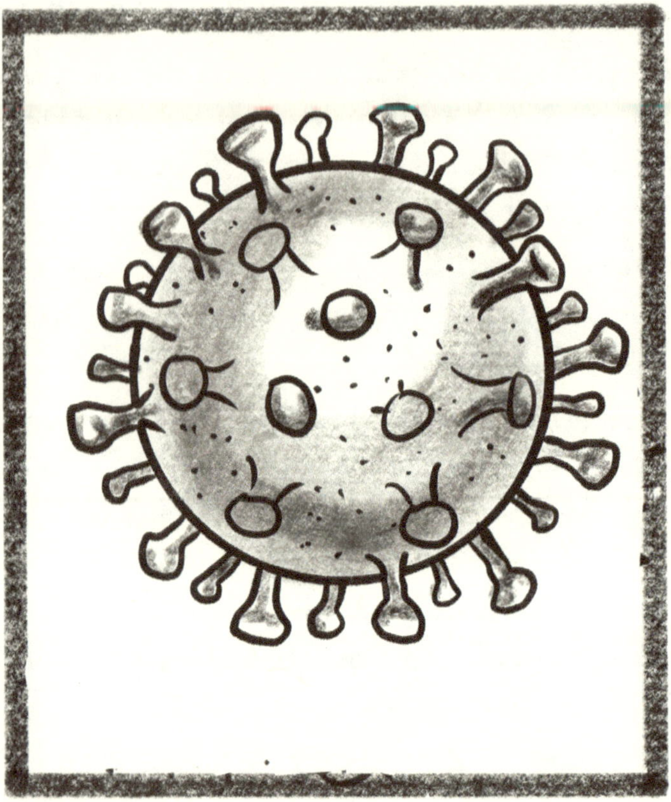

13

புதிய வைரஸ்

மாணவன் நீலனை உடனே பார்த்து பேச வேண்டுமென ஆவலாய் இருந்தார் ஆசிரியர். அவனின் தந்தை வெளிநாட்டில் வேலை செய்கிறார். அவர் உடனே இந்தியாவிற்கு திரும்பி வருகிறார் என்று ஆசிரியர் கேள்வி பட்டார். தற்போது அவர் வேலை செய்யும் நாட்டில் புதியதாக ஒரு வைரஸ் நோய் (கொரோனா வைரஸ்) உருவாகி பரவி வருவதாக செய்தித் தாளில் படித்தார். அவர்

நலமுடன் திரும்பி வந்தவுடன் அவரிடத்தில் அந்த புதிய வைரஸ் குறித்து பேச ஆவலாய் இருந்தார். இதோ மாணவன் நீலனே வந்து விட்டான். ஆசிரியர் அவனை அன்புடன் வரவேற்றார். மதியம் உணவு இடைவேளையில் வந்து சந்திக்குமாறு அவனை வேண்டினார். அவனும் வருவதாக அவருக்கு வணக்கம் தெரிவித்து விட்டு வகுப்பிற்கு சென்று விட்டான்.

மதிய உணவு இடைவேளையில் ஆசிரியர் அந்த புதிய வைரஸ் குறித்த சிந்தனையில் ஆழ்ந்திருந்தார்..

அந்த நாடு தம் மக்களைக் காப்பாற்ற எடுக்கும் நடவடிக்கைகளை கவனித்து வருகிறார். மக்களிடையே இந்த புதிய வைரஸ் நோய் விரைவாக பரவாமல் இருக்க பல நடவடிக்கைகளை மேற்கொண்டுவருகிறது. அதிலும் மேற்கொண்டு இந்நோய் பரவாமல் இருக்க, புதியதாக ஆயிரம் படுக்கை வசதிகளோடு கொண்ட பெரிய மருத்துவமனையை சில நாட்களில் உருவாக்கிட அந்த நாடு பெரும் முயற்சி எடுப்பதை நினைத்து பெருமை பட்டார். இந்த மனிதர்களின் உலகத்தை கண்ணுக் தெரியாத சிறிய நுண்ணுயிர்களின் உலகம் அச்சுறுத்த முயல்வதை எண்ணிப்பார்த்தார். இந்த அறிவியல் முன்னேற்றம் இல்லாவிட்டால் நம்மால் என்ன செய்ய முடியும். இப்படித்தான் அந்த காலத்தில் மனிதர்கள் ஏன் சாகிறோம் என்று தெரியாமலே பல இலட்ச கணக்கில் இறந்து போனார்கள்.

அப்பொழுதுதான் மாணவன் நீலன் வந்து மதிய வணக்கம் சார் என்றான்! வா! நீலா! வா! என்றபடியே ஆசிரியர் தனது சிந்தனையில் இருந்து இயல்புக்கு வந்தார்.

அப்பா நலமாக இருக்கிறாரா? என்றார் ஆசிரியர்.

வைரஸ் பாதிப்பின் தாக்கம் ஏதாவது இருக்கிறதா! என்பதைத் தகுந்த சோதனையின் மூலம் நன்கு பரிசோதித்த

பிறகே, அப்பா வீட்டிற்கு வந்தார். தற்போது நலமாக உள்ளார் சார்! என்றான் நீலன்.

இதற்கெல்லாம் மருந்தே கிடையாதா சார்! என்றான் நீலன்.

பாக்டீரியா கிருமிகள் ஆன்டிபயாட்டிகளுக்கு கட்டுப்படுவது போல வைரஸ் நோய்கள் பெரும்பாலும் கட்டுபடுவதில்லை. நமது நோய் எதிர்ப்பு சக்தி பலமாக இருக்கும் போது அதன் தாக்கம் தெரிவதில்லை. புதிய வைரஸ்கள் உருவாகும் போது உடனடியாக அதனை கட்டுப்பாட்டுக்குள் கொண்டுவருவது மிகச் சிரமமான காரியமாகும். நாம் உருவாக்கும் ஆண்டிபயாடிக் மருந்துகள் வைரஸ்களின் உற்பத்தியைக் குறைக்கவும் வேகமாக பரவுவதைத் தடுக்கவும் மட்டுமே பயன்படுகிறது.

உடனடியாக புதிய வைரஸை எதிர்கொள்ளக்கூடிய தடுப்பூசி மருந்தை கண்டுபிடிக்கும் வரை நாமும் நமது அரசாங்கமும் இந்த கொடுமையான வைரஸ் நோய் பரவாமல் இருக்க இந்த சூழ்நிலையைச் சரியாக புரிந்து கொண்டு இருவருமே விரைந்து தற்காப்பு நடவடிக்கைகளில் செயல்பட வேண்டும். அப்பொழுதுதான் உடனடியாக மனித உயிர்களின் அழிவைத் தடுக்க முடியும் என்றார் ஆசிரியர்.

நீலனால் ஆசிரியர் சொல்வதை புரிந்து கொள்ள முடிந்தது. இருந்தாலும் அவனுக்குள் இன்னும் கேட்க கேள்விகள் இருந்தன. அவன் முகத்தில் மகிழ்ச்சியை ஆசிரியரால் பார்க்க முடியவில்லை.

என்ன நீலா! இன்னும் கேள்விகள் இருக்கிறதா என்றார் ஆசிரியர்.

ஆமாம் அய்யா! என்றபடியே "புது புது வைரஸ்கள் ஏன் சார் உருவாக வேண்டும்? எந்த புதிய வைரஸ்ஸாக இருந்தாலும் அதற்கான எதிர்ப்பாற்றலை கொண்டவராக மனித இனத்தை மாற்ற முடியாத சார்! என்றான் நீலன்.

இப்படி ஒரு கேள்வி வருமென்று ஆசிரியர் எதிர் பார்க்கவில்லை. இதற்கான சரியான அறிவியல் பதிலை அவர் தேடியாக வேண்டும்.

நீலா! நீ சரியான கேள்வியைக் கேட்டு விட்டாய். அதற்கு நாம் விரிவான அறிவியல் பதிலைத் தேடியாக வேண்டும்.

சரி! நாளை நாம் மீண்டும் விவாதிக்கலாம்! என்றபடியே நீலனிடம் விடைபெற்று அடுத்த வகுப்பிற்குச் சென்று விட்டார் ஆசிரியர்.

ஆசிரியர் வீட்டிற்கு வந்து விட்டாலும் மாணவன் கேட்ட கேள்வியே மனதில் மீண்டும் மீண்டும் வந்து போனது.

அன்றைய செய்தித் தாளை மீண்டும் ஒரு முறை படித்தார். கொரோனா வைரஸ் குறித்தச் செய்திகள் வந்திருந்தாலும், கொரோனா வைரஸ் குறித்த அறிவியல் செய்திகள் மிகச் சுருக்கமாக இடம்பெற்று இருந்தன. எவ்வாறு திடீரென்று வைரஸ்கள் உருவாகி அழிவை ஏற்படுத்துகின்றன? என்பதற்கான விரிவான விடைகளை தேட வேண்டுமென மனதில் உறுதி எடுத்துக்கொண்டார் ஆசிரியர்.

அன்று மாலை அவர் அன்பாக வளர்த்து வரும் பசுமாடு தீனி எடுக்க வில்லை என்று அவரின் மனைவி வந்து தெரிவித்தார்.

சரி! நான் வந்து பார்க்கிறேன்! என்றார் ஆசிரியர்.

ஆசிரியர் மாட்டுத் தொழுவத்திற்கு சென்று பார்வையிட்டார். பசுவின் வயிறு சற்றுப் பெருத்திருந்தது. சரியாக செரிக்காமல் இருப்பதைப் புரிந்து கொண்டார். உடனடியாக கால்நடை மருத்துவருக்கு தொலைபேசி வழியாக தகவல் தெரிவித்தார். அவர் வந்து பரிசோதித்து உள்ளுக்கு மருந்து கொடுத்தார்.

அவர் மிகச் சிறந்த கால்நடை மருத்துவர். தகவல் கொடுத்தால் எந்த வேலை இருந்தாலும் உடனே ஓடி வந்திடுவார். கால்நடைகளின் மீது பாசம் கொண்டவர். அவைகளின் ஒவ்வொரு அசைவையும் மிக உன்னிப்பாக கவனித்து மருத்துவம் செய்வார். கால்நடைகளை மட்டுமல்ல அதன் தொழுவமும் மிகச் சுத்தமாக இருக்க வேண்டுமென வலியுறுத்திக்கொண்டே இருப்பார். குறிப்பாக குளிர்காலத்தில் பல்வேறு தொற்று நோய்கள் உருவாக வாய்ப்பு உண்டு என்பதால், விடாமல் அனைவரிடமும் பேசிக்கொண்டே இருப்பார்.

மருத்துவருக்கு ஆசிரியர் நன்றி தெரிவித்துவிட்டு, அவரை தேநீர் அருந்த சற்று நேரம் அமரும்படிக் கேட்டுக்கொண்டார். அவரிடம் மெல்ல கொரொனா வைரஸ் குறித்து பேச்சை ஆரம்பித்தார். தனது மாணவன் எழுப்பிய கேள்வியை அவரிடம் பகிர்ந்து கொண்டார். இந்த வைரஸ்கள் திடீரென தோன்றி ஏன்சார் மனித குலத்தை அச்சுறுத்துகின்றன? என்றார் ஆசிரியர்.

இப்படி ஒரு நல்ல கேட்ட உங்கள் மாணவனை நான் மனதார பாராட்டுகிறேன். இதற்கு பதில் வேண்டுமென்றால் முதலில் அறிவியல் விளக்கத்தை நாம் தெரிந்துகொள்ள வேண்டும்.அப்பொழுதுதான் இதை நாம் விரிவாக புரிந்துகொண்டு செயல் பட முடியும்.

“இரண்டு வெவ்வேறு வைரஸ்கள், அதாவது ஒன்று பறவையினுடையதாகவோ இன்னொன்று விலங்கினுடையதாகவோ இருக்கலாம். இந்த இருவேறு வைரஸ்கள் ஒரே நேரத்தில் ஒரு உயிரினத்தின் ஒரு செல்லில் மட்டும் உட்புகுந்து விடும். இது போன்ற ஒரு அரிய நிகழ்வு எப்பொழுதாவதுதான் ஏற்படும். இந்த நிகழ்வின் விளைவாக இந்த இரண்டு வெவ்வேறு வைரஸ்களின் மரபணுக்கள் அதாவது டிஎன்ஏ அல்லது ஆர்என்ஏ ஒரே நேரத்தில் இணைந்து ஒரு புதிய

மரபணுவோடு ஒரு புதிய வைரஸ் பிறந்துவிடுகிறது. இந்த புதிய வைரஸ் அந்த உயிரினத்தில் பல்கி பெருக ஆரம்பித்து விடுகிறது. இந்த வைரஸ்களை அந்த உயிரனம் எதிர்த்து போராடவேண்டிய கட்டாயத்திற்கு தள்ளப்படுகிறது. அந்த உயிரினத்தின் எதிர்ப்பாற்றலும் அதன் பாதுகாப்பு நடவடிக்கைகள் மிக வலிமையாக தொடர்ந்து நடைபெற்றுக்கொண்டே இருந்தால் அந்த உயிரினம் பாதுகாப்பாக இருக்கும். இல்லையென்றால் அந்த வைரசின் தாக்கத்தால் அந்த உயிரனம் அழிய நேரிடலாம்" என்ற ஒரு எளிய விளக்கத்தை மருத்துவர் அழகாக ஆசிரியரிடம் எடுத்துரைத்தார்.

மரபணுச் சிதைவால் எவ்வாறு ஒரு புதிய வைரஸ் உருவாகிறது என்பதை மருத்துவர் அழகாக எடுத்துரைத்ததை ஆசிரியர் உள்வாங்கிக்கொண்டார். இதை எளிமையாக எடுத்து சொல்ல மனதில் பதிய வைத்துக்கொண்டார். இன்னும் மருத்துவர் பேசட்டுமென ஆவலோடடும் மருத்துவரை புன்னகையோடும் பார்த்தார். மருத்துவர் புரிந்துகொண்டு மேலும் பேச ஆரம்பித்தார்.

இப்படி ஒரு மரபணுச் சிதைவிற்கான சூழ்நிலை மிக முக்கியமானதாகும். அதாவது எங்கு விலங்குகள், பறவைகள் வாழிடம் நெருக்கமானதாக இருக்கிறதோ, அதேநேரத்தில் அதன் கழிவுகள் அதிகம் சேருமிடத்தில் இந்த வைரஸ்கள் உருவாகின்றன. அதேபோல் காய்கறி மற்றும் இதர மாமிசக் கழிவுகள் சந்தையில் வீணாவதை சுகாதாரமான முறையில் அப்புறப்படுத்தாமல் இருக்கும்போது அங்கே வைரஸ்கள் அதிகம் உருவாகும் வாய்ப்புகள் அதிகரிக்கின்றன. குளிர்காலங்களில் மிகக் குறைந்த வெப்பநிலை மற்றும் ஈரப்பதம் அதிகமிருக்கும் சூழ்நிலைகளில் வைரஸ்கள் பல்கி பெருக ஏதுவாகிறது. மிக முக்கியமாக சுகாதாரமற்ற சூழ்நிலைகள் நோய் பெருக ஏதுவாகின்றன. எலிகளின் வழியே பரவிய பிளேக்

நோய், பன்றிகளின் வழியே பரவிய எச்ஐவி , பறவைகளின் வழியே பரவிய பறவைக்காய்ச்சல் போன்றவற்றைச் சொல்லலாம். அதேநேரத்தில் மனிதர்களின் ஆரோக்கிய நிலை மிக மோசமாக இருப்பதும் இந்நோய் மனிதர்களைத் தாக்க எதுவாகிறது. எனவே பொது சுகாதாரம் என்பது மிக முக்கியமானதாகும். தனிநபர் சுத்தம் என்பதும் மிக மிக முக்கியமானதாகும்" என்றார் ஆசிரியர் சொல்லிக்கொண்டே வந்தார்.

அதற்குள் ஆசிரியரின் மனைவி சூடாக தேநீரோடு வந்தவிட்டார்.

சூடாக தேநீர் அருந்திவிட்டு பிறகு நாம் விவாதிக்கலாம் ஐயா! என்றார் ஆசிரியர்.

சிறிது நேரத்தில் மருத்துவரும் ஆசிரியரும் தேநீரை அருந்திவிட்டு மீண்டும் விவாதிக்க தயாரானார்கள்.

மாணவன் எழுப்பிய முதல் கேள்விக்கு பதில் கிடைத்துவிட்டது. எந்த புதிய வைரஸ் வந்தாலும் அதற்கான எதிர்ப்பாற்றலை கொண்டவராக மனித இனத்தை மாற்ற முடியாத சார்?! என்று மாணவன் எழுப்பிய இரண்டாவது கேள்வியை ஆசிரியர் மருத்துவருக்கு ஞாபகப்டுத்தினார்.

இதற்கு நாம் விடைகாண வேண்டுமென்றால் வைரஸ் நோய்களின் தாக்கத்தை அதன் வரலாற்றை நாம் ஆராய வேண்டும். கொடும் பஞ்சத்தால் இறந்தவர்களைவிட இந்த வைரஸ் நோய்களால் இறந்தவர்களின் எண்ணிக்கை மிக அதிகம். எர்சினிய பெட்டிஸ் என்ற ஒரு வைரஸ், தெள்ளுப்பூச்சிகள் போன்றவை எலி வழியாக மனிதனுக்கு பரவியதால் கோடிக்கணக்கான மக்கள் இறந்து போனார்கள். பெரியம்மை, சளிக்காய்ச்சல், தட்டம்மை போன்ற தொற்று நோய்கள் அடுத்தடுத்து தோன்றி மீண்டும் கோடிக்கணக்கான மக்களை அழித்தொழித்தது. அதன் பிறகு "ஸ்பானிய

காய்ச்சல்'' என்ற கொள்ளைநோய் பரவி இலட்சக்கணக்கான மக்களை தாக்கி அழித்தது.

“பெரியம்மை” என்னும் கொள்ளை நோய்தான் தொடர் அறிவியல் ஆராய்ச்சியின் விளைவாக முழுமையாக ஒழிக்கப்பட்டதாகும். சார்ஸ், பறவைக்காய்ச்சல், பன்றிக்காய்ச்சல் போன்ற கொள்ளை நோய்களை நாம் ஓரளவிற்கு கட்டுப்பாட்டில் கொண்டு வந்துள்ளோம். அதாவது மனிதர்களின் இறப்பு விகிதத்தை முந்தய மனித இழப்போடு ஒப்பிட்டால் இது மிகவும் குறைவாகும்.

எய்ட்ஸ் போன்ற நோய்களை எதிர்கொண்டது மிக சவாலானதாகும். ஏனெனில் எய்ட்ஸ் நோயின் நச்சுயிரியின் தாக்கத்தை உடனடியாக அறிந்துகொள்ள முடியாததால், அது மனிதனின் நோய்எதிர்ப்பு மண்டலத்தைத் தாக்குவதை அறிவதற்கு காலதாமதமானது. இந்த நச்சுயிரியை கண்டுபிடித்த பிறகே அது எப்படி பரவியது என்பதை புரிந்துகொண்டு அதன் வேகத்தை தடுக்க முடிந்தது. இதை அறிந்த பிறகே இந்நோயை நாம் கட்டுப்பாட்டில் கொண்டுவர முடிந்துள்ளது.

இதில் நாம் புரிந்து கொள்ள வேண்டியது என்ன வென்றால் அறிவியல் உலகம் வெகுவாக முன்னேறி உள்ளது. வைரஸ்களின் வேகத்திற்கு இணையாக அறிவியல் உலகமும் ஓடிக்கொண்டிருக்கிறது. இதனால் மனித இழப்பு என்பது வெகுவாக குறைந்துள்ளது. அதாவது முந்தய ஆண்டுகளில் மனித இழப்பு என்பது உலக அளவில் கோடிக்கணக்கில் இருந்தது. தற்போதய நாட்களில் இது ஆயிரக்கணக்கில் மட்டுமே என்பதை நாம் கவனத்தில் கொள்ள வேண்டும்.

தற்போது நேனோ ரோபாடிக்ஸ் முறையை பயன்படுத்தி நமது இரத்த ஓட்டத்தின் வழியே நோய் கிருமிகளைக் கண்டுபிடித்து அவற்றை அழிக்கமுடியும் என்ற நிலை

உருவாகி வருகிறது. எனவே புதிய வைரஸ் தோன்றினால் நம்மால் கட்டுப்படுத்தமுடியும் என்ற நம்பிக்கையை அறிவியல் உலகம் நமக்கு வழங்கி கொண்டே இருக்கிறது. இந்த வாய்ப்பை உலகம் சரியாக பயன்படுத்திக்கொண்டால் நாம் இதுபோன்ற திடீர் நோய்தாக்குதலில் எளிதாக தப்பித்துக்கொள்ளலாம்! என்ற தனது விளக்கத்தை அழகாக எடுத்து வைத்தார் கால்நடை மருத்துவர்.

ஆசிரியருக்கு தனது மாணவன் எழுப்பிய கேள்விக்கு நம்பிக்கையான விடை கிடைத்ததை எண்ணி அக மகிழ்ந்தார்.

அதே நேரத்தில் பொது சுகாதாரம் என்பது மனித இனத்தை பாதுகாக்கிற மிக முக்கிய பணி என்பதை ஆசிரியர் உணர்ந்து கொண்டார். அது கண்டிப்பாக சுற்றுச்சூழலை பாதுகாக்க வேண்டிய முன் தேவையை உலகத்தின் முன் வைப்பதை எண்ணிப் பார்த்தார். முக்கியமாக உணவு தேவைக்காக உள்ள சந்தைப் பகுதிகளின் கழிவுகளை பாதுகாப்பாக சுத்தப்படுத்த வேண்டியதின் அவசியத்தை அனைவரும் உணர்ந்து திட்டமிட்ட வேண்டும். மேலும் இந்த திடீர் நோய் பரவலை தடுக்க வேண்டுமென்றால் ஒவ்வொரு நாடும் தனது சுகாதாரத்துக்கான பாதுகாப்பு வளையத்தை உருவாக்கியே தீர வேண்டும் என்ற நிலை உருவாகிவருகிறது. அதுமட்டுமல்லாமல் ஒவ்வொரு நாடும் தனது அண்டை நாடுகளுடனும் சுகாதார பாதுகாப்பு வளையத்தையும் உருவாக்கியே தீரவேண்டும் என்ற முன் நிபந்தனையும் முன்னுக்கு வந்துள்ளதையும் ஆசிரியர் மருத்துவரோடு பகிர்ந்துகொண்டார்.

உலகம் ஒன்றிணைந்தால் சுகாதாரம் அனைவருக்குமானதாக மாறும் நாள் வெகுதொலைவில் இல்லை என்பதாக நாம் புரிந்து செயல்பட வேண்டுமென என்று மருத்துவரும் ஆசிரியரின் கருத்தை ஆமோதித்தார்..

ஆசிரியருக்கு இப்பொழுதுதான் தெம்பு வந்தது போல இருந்தது. நீலனுக்கு மட்டுமல்ல அனைத்து மாணவர்களுக்கு இதை உடனே விளக்க வேண்டுமென முடிவெடுத்து விட்டார் ஆசிரியர்.

மருத்துவருக்கு நன்றி தெரிவித்தார்.

உங்களோடு பயனுள்ள கருத்துகளை பகிர்ந்துகொண்டதில் எனக்கும் மகிழ்ச்சிதான் என்றார் மருத்துவர்.

ஆசிரியர் அன்பாக விடைபெற்று வீடு திரும்பினார்.

அடுத்தநாள் சற்றும் எதிர்பாராமல் லாக்டவுன் அமுலுக்கு வந்துவிட்டது. ஆசிரியர் ஏற்கனவே மருத்துவரோடு கலந்துரையாடி இருந்ததால் பதட்டப்படாமல் தெளிவோடு இருந்தார்.

உடனடியாக சாத்தியமுள்ள ஆசிரியர்கள் மாணவர்களை உள்ளடக்கிய வாட்ஸ் அப் குழுவை உருவாக்கினார்.

கைகளை அடிக்கடி சுத்தம் செய்வது, முகக் கவசம் அணிவது, தனிமனித இடைவெளியை கடைப்பிடிப்பது போன்ற ஆலோசனைகளை உடனடியாக வழங்கி வழிகாட்டினார்.

மருத்துவ உலகமும் அறிவியல் உலகமும் இணைந்து இந்த புதிய வைரஸ்சை நிச்சயம் வெல்லும் என்று நம்பிக்கை ஊட்டும் பதிவுகளை மருத்துவர்கள் ஆலோசனையோடு பதிவிட்டார். இதற்கிடையே வகுப்பறை பாடங்களையும் அரசின் வழிகாட்டுதலோடு நடத்தவும் செய்தார்.

இந்த கண்ணுக்கு தெரியாத வைரஸ்களின் மறைமுக யுத்தத்தை மாணவர்களும் எதிர்கொள்ள தயாராகிவிட்டனர்.

14

வண்ணம் இணைந்தால் இன்னும் அழகு

இராபர்ட் ஐந்தாம்வகுப்பில் புதியதாக வந்து சேர்ந்திருந்தான். பார்ப்பதற்கு வெள்ளைக்காரரைப்போல சிவப்பாக இருந்தான். யார் வகுப்பிற்கு வந்தாலும் அவனையே விசாரித்தார்கள். வகுப்பறையைத் தாண்டி பள்ளி முழுவதுமே அவனையே வியப்பாக பார்த்தார்கள்.

இராபர்ட் வந்ததிலிருந்து இராமு தன்நிறத்தையே அடிக்கடிப் பார்த்துக்கொண்டான். கருப்பாகவும் இல்லை.

வெள்ளையாகவும் இல்லை. இரண்டு நிறமும் கலந்தமாதிரி இருந்தது. நாம் ஏன் சிகப்பாக பிறக்கவில்லை என்று தனக்குள் கேட்டுக்கொண்டான். சிவப்பாக இருந்தால் ஏன் இப்படி மதிப்பாக பார்க்கிறார்கள் என்பதை ராமுவால் புரிந்துகொள்ள முடியவில்லை.

இராமு தன் நண்பர்களிடம் அடிக்கடி இதுபற்றி கேட்டான். அதெல்லாம் ஒன்னுமில்லடா, நம்ம கண்ணுக்குத்தான் அப்படி அழகா தெரியுது! நீ நல்லா படித்து முதல்ரேங்க் எடுத்தா அப்புறம் உன்னைப்பற்றியே எல்லோரும் பேசுவார்கள்.ராமுவுக்கு இதுசரி என்று பட்டாலும். மனம் மட்டும் கேட்பதாக இல்லை. என்ன செய்வதென்று யோசிக்கத் தொடங்கிவிட்டான்.

அப்பொழுதுதான் கபடி விளையாடிவிட்டு இவனின் நண்பர்கள் வந்து கொண்டிருந்தார்கள். அவர்கள் போட்டிருந்த பனியன் சுத்தமாக நனைந்திருந்தது. அவர்கள் தங்கள் கைகால்களைச் சுத்தமாக்கிக் கொள்ள கழிவறையை நோக்கிச் சென்றார்கள். அப்பொழுது ராமுவைப் பார்த்து கைஅசைத்து அழைத்தார்கள். இராமுவும் அவர்களை நோக்கி ஓடினான்.

என்னராமு! நீமட்டும் ஏன் தனியாநிக்கற!? என்று எல்லொரும் கேட்டார்கள். ஒன்னுமில்ல எனக்கு ஒருகேள்வி இருக்கு! என்றான்.சரி! என்னகேள்வி? உடனே சொல்லு என்றார்கள்.

நம்ம இராபர்ட் மட்டும் ஏன் வெள்ளையா இருக்கிறான்?. நாங்களும் அதைப் பற்றித்தான் பேசிக்கொண்டிருந்தோம். நம்ம அப்பாஅம்மா வெள்ளையாக இருந்தால் நாமும் வெள்ளையாகபிறப்போம். நமது பெற்றோர்கள் கருப்பாக இருந்தால் நாமும் கருப்பாகத் தான்பிறப்போம். இதுல நமக்கு என்ன கவலை என்றனர் நண்பர்கள்.

“வெள்ளையின்னா மதிப்பாக பார்க்கிறாங்க! நம்மல குறைவாகத்தானே மதிக்கிறாங்க” இதுஎப்படிசரியாகும்.

உன்னோட வருத்தம் புரியுதுடா! அதுக்குநாம இப்ப என்ன செய்யமுடியும்? என்றனர் நண்பர்கள்.

அப்பொழுதுதான் உடற்கல்வி ஆசிரியர் கருப்பையா மாணவர்களை நோக்கிவந்தார். விளையாட்டு தான் முடிந்துவிட்டதே! இன்னும் இங்கஎன்னசெய்யரிங்க? என்று ஆவலோடு கேட்டார். சார்! நம்ம ராமுவுக்கு ஒரு சந்தேகம் சார்!. அதனால தான் பேசிக் கொண்டிருந்தோம் என்றனர். என்ன சந்தேகம் என்றார் ஆசிரியர்.

வெள்ளை கலருன்னா மதிக்கறாங்க! கருப்புன்னா அவ்வளவுமதிப்பு இல்லையே அதுஏன்? என்று கேள்வி கேட்கிறான் சார்! நம்மராமு! என்றனர்.

ஆசிரியர் உடனே இராமுவை தன்பக்கம் இழுத்து அன்பாக தட்டிக்கொடுத்து பாராட்டினார். இப்படித்தான் கேள்வி கேட்கவேண்டும். சரியான விடை தெரியும்வரை முயற்சியை விடக்கூடாது. இந்த கேள்விக்கு இன்று ஒரேநாளில் விடை சொல்ல முடியாது. இதுபற்றி நாம்நிறைய தெரிந்து கொள்ள வேண்டும். ஆனால் நாம் இராபர்ட்டை விட்டுவிட்டு இதுபற்றி நாம் தனியாக பேசக்கூடாது. அவனது கருத்தையும் நாம் அறியவேண்டும் என்றார் ஆசிரியர். மாணவர்களும் சரி என்றனர். நாளை கபடி விளையாட அவனையும் அழைத்து வாருங்கள் என்றார்ஆசிரியர்.

சரி! என்றனர் மணவர்கள்.

இராமு இது உன்னோடகேள்விமட்டுமல்ல, இனி இது நம்மலோட கேள்வி! என்னசரியா! என்றார்ஆசிரியர்.

சரிசார்! என்றபடி மாணவர்கள் தங்கள் வகுப்பறையை நோக்கிச் சென்றனர். ஆசிரியரும் அடுத்தவகுப்பிற்கு சென்றுவிட்டார்.

ஆசிரியர் வீடு வந்து சேர்ந்தாலும் கருப்புவெள்ளை நிறம்பற்றியே சிந்தனை வந்துபோனது. இந்தநிறம் என்பது நாட்டுக்குநாடு வேறுபாடு உடையது. ஆங்காங்கே நிலவும் வெப்பம், மிதமான வெப்பம், கடுமையான்வெப்பம், குளிர், மிதமான குளிர், கடுமையானகுளிர் போன்ற சுற்றுச்சூழல் மற்றும் தட்டவெப்ப பிரச்சனையாக இதை முதலில் பார்க்க வேண்டுமென ஆசிரியருக்குத் தோன்றியது. தாவரங்களின் எண்ணில்லா பூக்களின் நிறத்தை யாரும் குறைசொல்வதில்லை. விலங்குகளின் நிறவேற்றுமைகளை யாரும் கண்டுகொள்வதில்லை.மாறக பூக்களுக்கு ஊட்டி போன்ற குளிர்பிரதேசங்களில் மக்களை ஈர்க்க விதவிதமான பூக்களை அலங்கரித்து விழாக்களை நடத்துகிறார்கள். மக்கள் வெகுவாக ரசித்துச்செல்கிறார்கள். அதுபோன்றதே இந்த மனிதர்களின் நிறமும் மகிழ்ந்து ரசிக்கவேண்டிய ஒன்றுதானே என்ற எண்ணம் வந்துபோனது.

பல்வேறு நிறம் கொண்ட மனிதர்களை அழைத்து இதுபோல விழா கொண்டாடினால் என்ன என்ற கற்பனை மனதில் தோன்றியது. இப்படி கொண்டாடினால் அது ஓர் அற்புத நிகழ்வாக இருக்கும். இது இயற்கை நமக்குவழங்கி இருக்கும் ஓர் அற்புத வாய்ப்பு. இது போன்ற கற்பனை நம்நினைவில் வருவதே இல்லை. குழந்தைகளின் அறிவியல் விழாக்களைப்போல நாம் ஏன் எல்லா மாநிலத்து குழந்தைகளையும் ஒன்றாக அழைத்து ஒரு அறிவியல் விழா நடத்தினால் எப்படி இருக்கும். வண்ணமும் மகிழ்ச்சியும் கலந்து கண்கொள்ளாக் காட்சியாக அது இருக்குமல்லவா! அதில் மனம் லயத்துப் போகாதா! இந்த குழந்தைகள் இப்படி கலந்து ஒன்றாக விளையாடும் போது நிறம் பற்றிய தவறான புரிதல்களும் தானாகவே மறைந்து போகுமல்லவா! என்ற எண்ணம் ஆசிரியர் மனதில் வந்துபோனது.

அப்பொழுது தான் அவர் வீட்டுச்சுவரில் மாட்டியிருந்த அழகான சற்றே பெரியவரிக் குதிரையின்படம் அவர் கண்களில்பட்டது. எத்தனையோ முறை அதைப் பார்த்திருக்கிறார். இப்பொழுதுதான் முதல் முறையாகப் பார்ப்பதுபோல அதைப் பார்த்தார். அந்த படத்தைப் பார்த்தவுடன் மிகவும் பிடித்துப் போய்தான் ஒரு கண்காட்சியில் அதை வாங்கினார். ஏன் பிடித்துப்போனது என்பதற்கு அப்பொழுது காரணம் தெரியவில்லை. இப்பொழுது மீண்டும் அந்த படத்தப் பார்த்தார். என்ன அதிசயம்! கருப்பும் வெள்ளையும் இணைந்தே இருப்பதால்தான் இந்தப்படம் மிகவும் தன்னை ஈர்த்திருக்கிறது என்பதை ஆசிரியர் இபொழுதுதான் புரிந்துகொண்டார். கருப்பும் வெள்ளையும் இணைந்ததே அழகு! என்ற உண்மையை நாம் எடுத்துச் சொல்ல வேண்டும் என்பதை மனதில் பதிய வைத்துக்கொண்டார் ஆசிரியர். இந்த சிந்தனையோடு அடுத்த நாள் பள்ளிக்குச் சென்றார் ஆசிரியர்.

மாணவர்களை இரு அணியாக பிரித்தார் ஆசிரியர். அதில் வெள்ளையாக இருப்பவர்கள் ஒரு அணியாகவும் கருப்பாக இருப்பவர்கள் ஒரு அணியாகவும் இருந்தனர். ஏன் இப்படி இரு அணியாக ஆசிரியர் நம்மை பிரித்தார் .அது சரி! ஏதாவது காரணம்' இருக்கும் என்று மாணவர்கள் விளையாட ஆரம்பித்தனர். முதல் ஆட்டம் முடிந்து மாணவர்கள் ஓய்வெடுக்க வந்தனர். டேய் அந்த வெள்ளை அணியினர் மேல் ஒரே வியர்வை நாற்றம் வீசுதுடா! என்று பேசிக்கொண்டனர். அப்பொழுது உங்கமேலையும்தான் நாற்றம் வீசுது. நாங்க ஏதாச்சும் சொல்கிறோமா! என்று பதிலுக்கு பேசினார் வெள்ளை அணியினர். டேய்! நம்ம தோலோட வேலையே வியர்வையை வெளியேற்றுவதுதான். வியர்வை என்றால் கழிவு என்றுதான் அர்த்தம். இதில் எந்த தோலாக இருந்தாலும்

நாற்றம் வீசத்தான் செய்யும். பேசாம விளையாடுங்க! என்றான் அணியின் தலைவன்.

அப்பொழுதுதான் ஆசிரியர் அந்த பக்கம் வந்தார். அவர்கள் பேசிக்கொண்டதை உடனே புரிந்து கொண்டார். நீங்கள் அறிவியல் வழியில் சிந்தித்தை பாராட்டினார். இப்படி யோசித்தால் கருப்பு வெள்ளை என்ற பேதம் நமக்குள் வராது. இதை என்றும் மனதில் வைத்துக்கொள்ளுங்கள் என்றார் ஆசிரியர்.

சரி! அடுத்த வாரம் ஆண்டு விழா நடக்க உள்ளது. அதில் நமது கபடி அணியும் பங்கேற்க உள்ளது. அதில் நாம் கபடி விளையாட போவதில்லை. நாம் ஒரு அணிவகுப்பு நடத்தப் போகிறோம். அந்த அணிவகுப்பு என்பது வெள்ளை மாணவர்கள் ஒரு அணியாகவும் கருப்பு மாணவர்கள் ஒரு அணியாகவும் இருப்பார்கள். ஆனால் இரண்டு அணிகளும் இணைந்து பல புதிய அணிவகுப்புகளை நாம் நடத்தப்போகிறோம் என்றார் ஆசிரியர்.

மாணவர்களுக்கு இப்பொழுதே உற்சாகம் கூடிவிட்டது. மாணவர்களே பல உத்திகளை உருவாக்க உதவுவார் ஆசிரியர். மாணவர்கள் இப்பொழுதே ஆண்டு விழாவை எவ்வாறு சிறப்பாக நடத்துவது என்று திட்டமிட்ட ஆரம்பித்துவிட்டார்கள். மிக முக்கியமாக இராபர்ட்டும் இராமுவும் தலைமையேற்று திட்டமிடுவார்கள் என்று அறிவித்துவிட்டார் ஆசிரியர்.

இதனால் இராபர்ட்டும் இராமுவும் அடிக்கடி சந்தித்துப் பேசிக்கொண்டார்கள். இராபர்ட்டுக்கு தான் சிவப்பாக இருப்பதில் எந்த பெருமையும் இல்லையென்று சொன்னான். அதேநேரத்தில் கருப்பாக இருப்பதால் தாங்கள் சற்று மதிப்பு குறைவானவர்களாக தங்களை ஒரு நாளும் நினைத்துக் கொள்ளக்கூடாது என்றும் எடுத்துச் சொன்னான். இராமுவுக்கு இது ஆச்சரியமாக இருந்தது. இப்படி மனம் விட்டு பேசியதில் இராமுவுக்கு

மிக்க மகிழ்ச்சி. ஆசிரியர் நம்மை அன்பாக பாராட்டிவிட்டால் அது ஒன்றே போதுமானது நம்மை மகிழ்விக்க. நமது பள்ளிக்கூட வாழ்வில் நம் பிறந்த நாட்கள் நம்மை ஒவ்வொரு நாளும் இணைத்துக்கொண்டேதான் இருக்கிறது. இதில் நமக்கு படிப்பும் இனிப்பும் மகிழ்வுமே முதன்மையானது.

இப்பொழுதுதான் ராமுவின் மனம் அமைதியானது. இராபர்ட்டுக்கு நன்றி சொன்னான். இருவரும் ஆண்டுவிழாவை சிறப்பாக எப்படி கொண்டாடுவதென்று இப்பொழுதே மகிழ்வாக திட்டமிட்ட தொடங்கிவிட்டார்கள்.

அன்று ஆண்டுவிழா தொடங்கி விட்டது. கருப்பு மாணவர்கள் ஒரு அணியாகவும் வெள்ளை மாணவர்கள் ஒரு அணியாகவும் அணிவகுப்பு தொடங்கிவிட்டது. இரு அணிகளும் இணைந்து சட்டென பிரிவும்போது தோன்றிய அழகை அனைவரும் ரசித்தனர்.

கருப்பு வானத்தில் நட்சத்திரமாக மின்னி மறைவது போலும், வெண்ணிலா தோன்றி மறைவது போலவும், மின்மினி பூச்சிகள் மின்னி ஜொலிப்பது போலவும் முடிவில் மாணவர்கள் வரிக்குதிரையைப் போல அணிவகுத்து ஒரு' சிலை போலநின்று விட்டது அனைவரையும் வெகுவாக கவர்ந்து விட்டது.

“கறுப்பும் அழகுதான். வெள்ளையும் அழகுதான். இரண்டும் இணைந்து நின்றால் இன்னும் அழகுதான்” என்று மாணவர்கள் சிறப்பித்துக் காட்டிவிட்டார்கள் என்று ஆசிரியர் சொன்னபோது அரங்கமே எழுந்து நின்று கைதட்டி மகிழ்ந்தது. இராமும் இராபர்ட்டும் இணைந்து மேடை ஏறியபோது மீண்டும் கைதட்டல் ஓசை விண்ணைத்தொட்டது.

ஆசிரியர் மகிழ்ந்தபடியே அடுத்த வேலையை பார்க்கச் சென்றார். ■

www.ingramcontent.com/pod-product-compliance
Lightning Source LLC
LaVergne TN
LVHW060113051026
849517LV00007B/2296
* 9 7 8 9 3 9 1 2 6 2 1 8 1 *